ภาษาเกาหลี ซอกัง 1A

หนังสืออ้างอิงไวยากรณ์และคำศัพท์

문법 · 단어 참고서

서강 한국어 THIRD EDITION

STUDENT'S BOOK 1A

หนังสืออ้างอิงไวยากรณ์และคำศัพท์

주소 서울시 마포구 백범로 35 서강대학교 한국어교육원

Tel (82-2) 713-8005

Fax (82-2) 701-6692

e-mail sogangkorean@sogang.ac.kr

서강대학교 한국어교육원
http://klec.sogang.ac.kr
K.L.E.C

서강한국어 교사 사이트
http://koreanteachers.org
Sogang Korean Teachers

여름 특별과정(7-8월)
http://koreanimmersion.org
S.K.I.P

출판·판매·유통

초판 발행 2024년 8월 30일

펴낸이 박영호

펴낸곳 (주)도서출판 하우

주소 서울시 중랑구 망우로68길 48

Tel (82-2) 922-7090 **Fax** (82-2) 922-7092

홈페이지 http://www.hawoo.co.kr **e-mail** hawoo@hawoo.co.kr

등록번호 제2016-000017호

สารบัญ

3

ภาษาเกาหลีและฮันกึล

I. ภาษาเกาหลีและฮันกึล

"ฮันกึล" เป็นระบบตัวอักษรประจำชาติเกาหลีที่ประดิษฐ์ขึ้นโดยพระเจ้าเซจงมหาราช พระมหากษัตริย์แห่งราชวงศ์โชซ็อน (ค.ศ. 1397 - ค.ศ. 1450) สมัยศตวรรษที่ 15 ก่อนหน้านั้น ชาวเกาหลีต้องยืมอักษรจีนของประเทศจีนมาใช้ ซึ่งเป็นเรื่องยากสำหรับประชาชนทั่วไปที่จะใช้อักษรจีนในขณะนั้น ด้วยเหตุนี้ พระเจ้าเซจง ผู้รู้สึกถึงความจำเป็นของระบบตัวอักษรที่ใคร ๆ ก็สามารถใช้ได้อย่างง่ายดาย จึงได้ประดิษฐ์ระบบตัวอักษรใหม่ขึ้นมา และตั้งชื่อขึ้นมาว่า "ฮุนมินจ็องอึม" (ค.ศ. 1443) ซึ่งมีความหมายว่า "เสียงที่ถูกต้องในการสอนประชาชน"

II. องค์ประกอบของฮันกึล

ฮันกึลประกอบไปด้วยสระ 21 ตัว พยัญชนะ 19 ตัว รวมทั้งสิ้น 40 ตัว

1. สระ

สระในภาษาเกาหลีแสดงออกด้วยเครื่องหมายที่เป็นสัญลักษณ์ของท้องฟ้า (•), แผ่นดิน (—) และมนุษย์ (ㅣ)

ㅣ + · = ㅣ· = ㅏ   · + ㅣ = ·ㅣ = ㅓ

· + ㅡ = ㅗ = ㅗ   ㅡ + · = ㅜ = ㅜ

สระ 21 ตัว : ㅏ ㅑ ㅓ ㅕ ㅗ ㅛ ㅜ ㅠ ㅡ ㅣ ㅐ ㅔ ㅒ ㅖ ㅘ ㅙ ㅝ ㅞ ㅚ ㅟ ㅢ

2. พยัญชนะ

พยัญชนะของอักษรฮันกึลสร้างขึ้นตามรูปร่างของอวัยวะที่ใช้ในการออกเสียง ตามตำแหน่งที่ออกเสียงและวิธีการออกเสียง

พยัญชนะพื้นฐาน	ㄱ	ㄴ	ㅁ	ㅅ	ㅇ
อวัยวะในการออกเสียง					
	โคนลิ้นและเพดานอ่อน	ปลายลิ้นและเพดานแข็ง	ริมฝีปาก	ลิ้นและฟัน	ช่องคอ

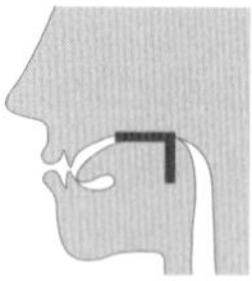

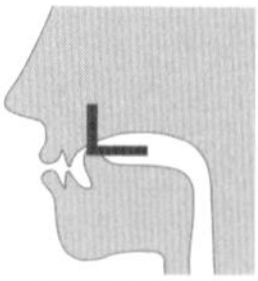

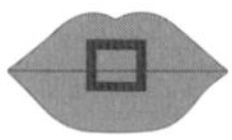

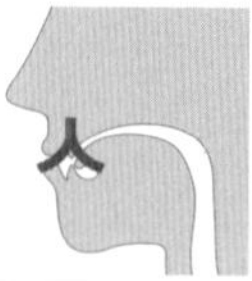

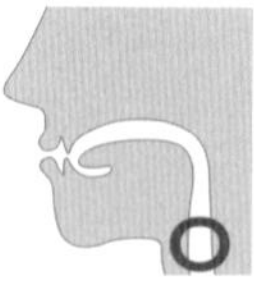

พยัญชนะทั้งสิ้น 19 ตัว สร้างขึ้นด้วยการเพิ่มขีดหรือเขียนซ้ำพยัญชนะพื้นฐาน 5 ตัว (ㄱ, ㄴ, ㅁ, ㅅ, ㅇ)

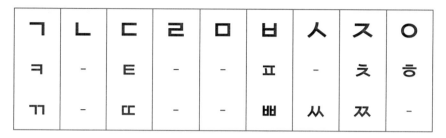

ㄱ	ㄴ	ㄷ	ㄹ	ㅁ	ㅂ	ㅅ	ㅈ	ㅇ
ㅋ	-	ㅌ	-	-	ㅍ	-	ㅊ	ㅎ
ㄲ	-	ㄸ	-	-	ㅃ	ㅆ	ㅉ	-

พยัญชนะ 19 ตัว : ㄱ ㄴ ㄷ ㄹ ㅁ ㅂ ㅅ ㅇ ㅈ ㅊ ㅋ ㅌ ㅍ ㅎ ㄲ ㄸ ㅃ ㅆ ㅉ

3. องค์ประกอบของพยางค์และประโยค

(1) พยางค์

ตัวอักษรทั้งหมดของอักษรฮันกึลเขียนเป็นหน่วยพยางค์โดยการประสมพยัญชนะและสระ

รูปแบบที่ 1 พยัญชนะ + สระ

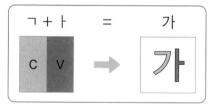

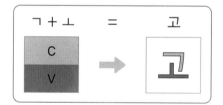

รูปแบบที่ 2 “ㅇ” ที่ไม่มีเสียง + สระ

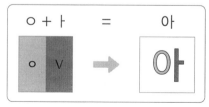

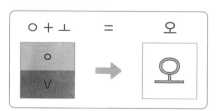

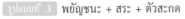

รูปแบบที่ 3 พยัญชนะ + สระ + ตัวสะกด

ㄱ+ㅏ+ㄱ = 각 ㄱ+ㅗ+ㄱ = 곡

รูปแบบที่ 4 “ㅇ” พยัญชนะที่ไม่ออกเสียง + สระ + ตัวสะกด

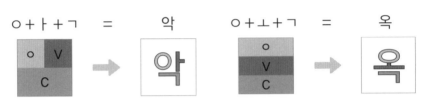

ㅇ+ㅏ+ㄱ = 악 ㅇ+ㅗ+ㄱ = 옥

(2) ประโยค

ในภาษาเกาหลีสามารถใช้คำชี้จำแนกองค์ประกอบของประโยคได้ ในประโยคตัวอย่างข้างล่างมีการใช้คำชี้ประธาน “이/가” และคำชี้กรรม “을/를” เพื่อจำแนกประธานออกจากกรรม

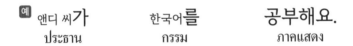

예 앤디 씨**가** 한국어**를** **공부해요.**

ประธาน	กรรม	ภาคแสดง
앤디 씨가	한국어를	공부해요.

4. วิธีการเขียนอักษรฮันกึลและการเว้นวรรค

(1) วิธีการเขียนอักษรฮันกึล

ตัวอักษรฮันกึลมีลำดับขีดอยู่ นั่นก็คือ เขียนจากซ้ายไปขวา และจากบนลงล่าง และจะเขียนสระด้านขวาหรือด้านล่างของพยัญชนะ

(2) การเว้นวรรค

การเว้นวรรคในภาษาเกาหลีพิจารณาจากคำชี้เป็นหลัก

예 앤디가방에들어가요. ✕

ในประโยคข้างบน “가” ที่ตามหลัง “앤디” เป็นคำชี้ประธาน ดังนั้นหากไม่เว้นวรรคหลังคำชี้ ก็อาจจะอ่านเป็นความหมายอื่นได้ ในกรณีของประโยคข้างบน หากเติม “가” หลังคำนาม “앤디” แล้วไม่เว้นวรรค ก็จะอ่านได้เป็น “가방”

✕ 앤디 가방에 들어가요.

ด้วยเหตุนี้ จึงต้องมีการเว้นวรรคในภาษาเกาหลี

○ 앤디가 방에 들어가요.

นอกจากนี้ ทุกครั้งที่จบประโยคจะต้องใช้เครื่องหมายวรรคตอนด้วย ในกรณีของประโยคบอกเล่า จะใช้ “เครื่องหมายมหัพภาคหรือเครื่องหมายจุด (.)” ในกรณีที่ประโยคยาวขึ้นเนื่องจากมีหลายประโยคเชื่อมต่อกัน จะใช้ “เครื่องหมายจุลภาคหรือเครื่องหมายลูกน้ำ (,)” ในจุดที่มีการแบ่งแยกความหมาย และหากเป็นประโยคคำถาม จะใช้ “เครื่องหมายปรัศนี (?)”

.	마침표(온점)
,	쉼표(반점)
?	물음표
!	느낌표

앤디 씨, 안녕하세요?
아! 미나 씨! 요즘 잘 지내요?
네, 잘 지내요. 앤디 씨는요?
저도 잘 지내요.

5. การออกเสียงสระและพยัญชนะ

(1) การออกเสียงสระ

สระ	ㅏ	f<u>a</u>ther
	ㅓ	<u>a</u>go
	ㅗ	<u>o</u>ver
	ㅜ	m<u>oo</u>n
	ㅡ	p<u>u</u>t
	ㅣ	s<u>ee</u>
	ㅐ	c<u>a</u>re
	ㅔ	m<u>e</u>t
สระที่มีเสียง [ย]	ㅑ	<u>Ya</u>hoo
	ㅕ	<u>you</u>ng
	ㅛ	<u>yo</u>-yo
	ㅠ	<u>you</u>
	ㅒ	<u>ye</u>s
	ㅖ	<u>ye</u>llow
สระที่มีเสียง [ว]	ㅘ	Ha<u>wa</u>ii
	ㅚ	<u>wa</u>y
	ㅙ	<u>wei</u>ght
	ㅝ	<u>wa</u>r
	ㅞ	<u>we</u>ll
	ㅟ	<u>we</u>
–	ㅢ	–

• ในกรณีของ ⌈ 애—에 ⌋, ⌈ 얘—예 ⌋ และ ⌈ 왜—웨—외 ⌋ การออกเสียงแทบจะเหมือนกันจนแยกไม่ออก

8

(2) การออกเสียงพยัญชนะ

พยัญชนะ	พยัญชนะต้น	ตัวสะกด
ㄱ	gate, kite	sick
ㄴ	noon	moon
ㄷ	dog	cat
ㄹ	line, rain	mall
ㅁ	moon	mom
ㅂ	boy	cap
ㅅ	smile	cat
ㅇ	(No Sound)	young
ㅈ	joy	cat
ㅊ	church	cat
ㅋ	Korea	sick
ㅌ	table	cat
ㅍ	piano	cap
ㅎ	home	cat
ㄲ	skip	sick
ㄸ	stop	–
ㅃ	spy	–
ㅆ	sip	cat
ㅉ	pizza	–

ไวยากรณ์เป้าหมายและไวยากรณ์เพิ่มเติม

	ไวยากรณ์เป้าหมาย	ไวยากรณ์เพิ่มเติม
เตรียมความพร้อม 1	−이에요/예요	누구
เตรียมความพร้อม 2	이게/저게	뭐예요?
เตรียมความพร้อม 3	있어요/없어요	숫자① (ตัวเลขอักษรจีน) 몇 번/몇 월 며칠
เตรียมความพร้อม 4	주세요	숫자② (ตัวเลขเกาหลี) 개 · 명 · 장 · 권 몇 개/몇 명 얼마예요?
บทที่ 1	이/가 (장소)에 있어요 (위 · 아래 · 앞 · 뒤 · 옆 · 왼쪽 · 오른쪽 · 사이)에 있어요	어디
บทที่ 2	(시간)에 (장소)에 가요 −아/어요①	몇 시 뭐 해요? 은/는
บทที่ 3	을/를 −아/어요② 에서	
บทที่ 4	−았/었어요 안 도	'으'불규칙
บทที่ 5	−고 싶어요 (으)로① −(으)세요①	−지 마세요 에서 까지 어떻게
บทที่ 6	−(으)러 가요 (이)나 −(으)ㄹ 거예요	

11

เตรียมความพร้อม 1

-이에요 / 예요
누구

-이에요/예요: (เป็น คือ)

ตัวอย่าง A: 안녕하세요? 수잔**이에요**. (สวัสดีค่ะ ฉันชื่อซูจันค่ะ)
B: 수잔 씨, 안녕하세요? (สวัสดีครับ คุณซูจัน)
저는 앤디**예요**. (ผมชื่อแอนดี้ครับ)

ความหมาย

- "이에요/예요" เป็นคำลงท้ายที่เติมท้ายคำนาม และใช้ในสถานการณ์ที่ไม่เป็นทางการเพื่อให้มีความสุภาพมากขึ้น

โครงสร้าง

- ใช้ "이에요" เมื่อมีตัวสะกด ใช้ "예요" เมื่อไม่มีตัวสะกด

มีตัวสะกด			ไม่มีตัวสะกด		
미국 사람 회사원	+	-이에요	앤디 씨 의사	+	-예요

ตัวอย่าง ① 미국 사람**이에요**. (เป็นคนอเมริกันค่ะ)
② 앤디 씨**예요**. (คือคุณแอนดี้ครับ)

! ในภาษาเกาหลี จะผันคำชี้หรือวิภัตติปัจจัยโครงสร้างที่แตกต่างกัน ขึ้นอยู่กับว่ามีตัวสะกดหรือไม่

\+ โครงสร้างประโยคภาษาเกาหลี
: ประโยคพื้นฐานประกอบไปด้วยภาคประธานและภาคแสดง

이분이	앤디 씨예요.
ภาคประธาน	ภาคแสดง

(ท่านนี้คือคุณแอนดี้ครับ)

누구: ใคร

ความหมาย

• เป็นสรรพนามที่เป็นคำถาม ใช้เมื่อถามคำถามเกี่ยวกับคน จะเติม "-예요" หลัง "누구"

ตัวอย่าง A: 이분이 **누구**예요? (ท่านนี้เป็นใครคะ)
B: (이분이) 앤디 씨예요. ((ท่านนี้) คือคุณแอนดี้ครับ)

!

1) ในบทสนทนา เมื่อกล่าวถึงหัวข้อเดียวกัน สามารถละประธานได้

ตัวอย่าง ① A: 이분이 미국 사람이에요? (ท่านนี้เป็นคนอเมริกันเหรอคะ)
B: 네, (이분이) 미국 사람이에요. (ใช่ครับ (ท่านนี้) เป็นคนอเมริกัน)

② A: (이분이) 선생님이에요? ((ท่านนี้) เป็นคุณครูเหรอคะ)
B: 아니요, (이분이) 학생이에요. (ไม่ใช่ครับ (ท่านนี้) เป็นนักเรียนครับ)

ตัวอย่าง A: 이름이 뭐예요? (ชื่ออะไรคะ)
B: 저는 앤디예요. (ผมชื่อแอนดี้ครับ)

เตรียมความพร้อม 2 이게/저게 뭐예요?

이게/저게: (สิ่งนี้/สิ่งโน้น)

ความหมาย

• "이게" ใช้เรียกสิ่งที่อยู่ใกล้ผู้พูด "저게" ใช้เรียกสิ่งที่อยู่ไกลจากผู้พูดและผู้ฟัง

ตัวอย่าง ① **이게** 의자예요. (สิ่งนี้คือเก้าอี้ค่ะ)
② **저게** 가방이에요. (สิ่งโน้นคือกระเป๋าครับ)

뭐예요?: คืออะไรครับ?

ตัวอย่าง A: 이게 **뭐예요**? (สิ่งนี้คืออะไรครับ)
B: 연필이에요. (คือดินสอค่ะ)
A: 그럼 저게 **뭐예요**? (ถ้าอย่างนั้น สิ่งโน้นคืออะไรครับ)
B: 시계예요. (คือนาฬิกาค่ะ)

ความหมาย

- "뭐" มีความหมายเหมือนกับ "무엇" ปกติใช้ในบทสนทนา เมื่อประโยคลงท้ายด้วย "뭐" จะเติม "예요" ไว้ด้านหลัง เมื่อถามคำถามเกี่ยวกับสิ่งของ

ตัวอย่าง
① A: 이게 **뭐예요**? (สิ่งนี้คืออะไรคะ)
B: (이게) 의자예요. ((สิ่งนี้) คือเก้าอี้ค่ะ)

② A: 저게 **뭐예요**? (สิ่งโน้นคืออะไรครับ)
B: (저게) 가방이에요. ((สิ่งโน้น) คือกระเป๋าครับ)

③ A: 이름이 **뭐예요**? (ชื่ออะไรคะ)
B: 앤디예요. (ชื่อแอนดี้ครับ)

เตรียมความพร้อม 3

있어요/없어요
숫자① (ตัวเลขอักษรจีน)
몇 번 / 몇 월 며칠

있어요/없어요: มี / ไม่มี

ตัวอย่าง A: 수잔 씨, 한국 전화번호 **있어요**? (คุณซูจัน มีหมายเลขโทรศัพท์ที่ประเทศเกาหลีไหมครับ)
B: 네, **있어요**. (ค่ะ มีค่ะ)

ความหมาย

- "있어요" แปลว่า "มี อยู่" ในภาษาไทย และ "없어요" แปลว่า "ไม่มี ไม่อยู่" ในภาษาไทย

ตัวอย่าง ① A: 연필 **있어요**? (มีดินสอไหมคะ)
B: 네, **있어요**. (มีครับ)

② A: 미나 씨 **있어요**? (คุณมีนาอยู่ไหมคะ)
B: 네, **있어요**. (ครับ อยู่ครับ)

③ A: 지우개 **있어요**? (มียางลบไหมคะ)
B: 아니요, **없어요**. (ไม่ครับ ไม่มีครับ)

④ A: 앤디 씨 **있어요**? (คุณแอนดี้อยู่ไหมคะ)
B: 아니요, **없어요**. (ไม่ครับ ไม่อยู่ครับ)

숫자①: (ตัวเลขอักษรจีน)

ตัวอย่าง A: 렌핑 씨 생일이 며칠이에요? (วันเกิดของคุณเหลินผิงวันที่เท่าไหร่ครับ)
B: **7월 15일**이에요. (วันที่ 15 กรกฎาคมค่ะ)

ความหมาย

• ตัวเลขอักษรจีนใช้ในการอ่านหมายเลข (หมายเลขโทรศัพท์ สายรถประจำทาง เป็นต้น) วันที่ และราคา

โครงสร้าง

1 일	2 이	3 삼	4 사	5 오	6 육	7 칠	8 팔	9 구
10 십	20 이십	30 삼십	40 사십	50 오십	60 육십	70 칠십	80 팔십	90 구십
100		백						

หมายเลขโทรศัพท์ : 02-925-3857
สายรถประจำทาง : 34번 , 70번
วันที่ : 2월 14일 , 5월 8일 , 12월 25일
ราคา : 10원 , 100원

! เลข 0 ออกเสียงว่า “영” แต่เวลาอ่านหมายเลขโทรศัพท์ จะออกเสียงว่า “공”

몇 번: หมายเลขอะไร

ตัวอย่าง A: 전화번호가 **몇 번**이에요? (เบอร์โทรศัพท์หมายเลขอะไรครับ)
B: 010-4948-1287이에요. (010-4948-1237 ค่ะ)

ความหมาย

- "몇" ที่เรียนในเตรียมความพร้อมบทที่ 3 มีความหมายว่า "อะไร" ในภาษาไทย ในกรณีนี้ จะใช้ร่วมกับคำว่า "번" ที่แปลว่า "หมายเลข" ในภาษาไทย "몇 번" ใช้ "번" เติมหลัง "몇" เมื่อถามตัวเลข และใช้คำศัพท์ตัวเลขอักษรจีนในการตอบคำถาม

ตัวอย่าง ① A: 전화번호가 **몇 번**이에요? (เบอร์โทรศัพท์หมายเลขอะไรครับ)
B: 565-8578이예요. (ห้าหกห้า แปดห้าเจ็ดแปดค่ะ)

② A: **몇 번** 버스예요? (รถประจำทางสายอะไรคะ)
B: 701번(칠백일 번) 버스예요. (สาย 701 (เจ็ดศูนย์หนึ่ง) ครับ)

!
1) ขีดกลาง "-" ระหว่างตัวเลข ออกเสียงว่า [에]
2) เมื่อถามว่า "몇 번이에요?" ให้ตอบด้วยตัวเลขอักษรจีน

몇 월 며칠: วันที่เท่าไหร่ เดือนอะไร

ตัวอย่าง A: 오늘이 **몇 월 며칠**이에요? (วันนี้วันที่เท่าไหร่ เดือนอะไรคะ)
B: 7월 5일이에요. (วันที่ 5 เดือนพฤษภาคมครับ)

ความหมาย

- "몇 월 며칠" เป็นสำนวนที่ใช้เมื่อถามวันที่ และเมื่อถามเดือน จะเติม "몇" หน้า "월" กลายเป็น "몇월" เมื่อถามวันที่ ต้องใช้ "며칠" แทน "몇일" คำว่า "며칠" กับ "몇일" ออกเสียงเหมือนกัน แต่เวลาเขียน ต้องเขียน "며칠" และตอบคำถามด้วยตัวเลขอักษรจีน

เดือนมิถุนายนและเดือนตุลาคม ออกเสียงว่า "유월" และ "시월" ตามลำดับ

1월(일월) / 2월(이월) / 3월(삼월) / 4월(사월) / 5월(오월) / *6월(유월)

7월(칠월) / 8월(팔월) / 9월(구월) / *10월(시월) / 11월(십일월) / 12월(십이월)

| เตรียมความพร้อม 4 | 주세요 숫자 ②(ตัวเลขเกาหลี) 개(อัน), 명(คน), 장(แผ่น), 권(เล่ม) | 몇 개 / 몇 명 얼마예요? |

주세요: ขอ

ตัวอย่าง A: 여기요, 물 좀 **주세요**. (ขอโทษนะครับ ขอน้ำหน่อยครับ)

B: 네. (ได้ค่ะ)

ความหมาย

- "주세요" เป็นสำนวนที่แปลว่า "ขอ" ในภาษาไทย สามารถใช้สำนวน "주세요" ท้ายคำนามที่ต้องการได้ เวลาสั่งอาหารหรือสินค้าที่ร้านอาหาร ร้านกาแฟ หรือตลาด

ตัวอย่าง A: 커피 **주세요**. (ขอกาแฟค่ะ)

B: 여기 있어요. (ขอกาแฟค่ะ)

숫자②: (ตัวเลขเกาหลี)

ตัวอย่าง A: 된장찌개 **한** 개, 비빔밥 **두** 개 주세요. (ขอทเวนจังจีแกหนึ่งที่ และพิบิมบับ สองที่ครับ)

B: 여기 있어요. (นี่ค่ะ)

ความหมาย

- ในภาษาเกาหลีมีวิธีนับตัวเลขสองวิธี เมื่อนับจำนวน จะใช้คำศัพท์ตัวเลขเกาหลีเป็นหลัก และเมื่ออ่าน ตัวเลข จะใช้คำศัพท์ตัวเลขอักษรจีน

โครงสร้าง

ตัวเลขเกาหลี							
1	하나	6	여섯	11	열 하나	16	열 여섯
2	둘	7	일곱	12	열 둘	17	열 일곱
3	셋	8	여덟	13	열 셋	18	열 여덟
4	넷	9	아홉	14	열 넷	19	열 아홉
5	다섯	10	열	15	열 다섯	20	스물

개(อัน), 명(คน), 장(แผ่น), 권(เล่ม)

ตัวอย่าง A: 우유 2**개** 주세요. 얼마예요? (ขอนม 2 กล่องครับ เท่าไหร่ครับ)
B: 5,700원이에요. (5,700 วอนค่ะ)

ความหมาย
• ใช้คำลักษณนาม เช่น 개(อัน) 명(คน) 장(แผ่น) และ 권(เล่ม) หลังตัวเลขเกาหลี

ลักษณนามที่ใช้ตัวเลขเกาหลี
개(อัน), 명(คน), 장(แผ่น), 권(เล่ม), 병(ขวด), 잔(แก้ว), 마리(ตัว)

โครงสร้าง
• เมื่อใช้ลักษณนาม เลข 1 ถึงเลข 4 (하나, 둘, 셋, 넷) จะเปลี่ยนเป็น "한, 두, 세, 네" ตามลำดับ

몇 개 / 몇 명: กี่อัน / กี่คน

ตัวอย่าง A: **몇 개** 있어요? (มีกี่อันคะ)
B: 세 개 있어요. (มีสามอันค่ะ)

A: **몇 명** 있어요? (มีกี่คนครับ)
B: 네 명 있어요. (มีสี่คนครับ)

ความหมาย

• "몇" แปลว่า "กี่" ในภาษาไทย และใช้ลักษณนามตามหลัง

โครงสร้าง

• เวลานับสิ่งของ จะใช้ "개(อัน)" เวลานับคน จะใช้ "명(คน)"

얼마예요?: เท่าไหร่คะ (ตัวเลขจีน)

ตัวอย่าง A: 포도 **얼마예요**? (องุ่นราคาเท่าไหร่ครับ)

B: 한 개에 7,800원이에요. (พวงละ 7,800 วอนค่ะ)

ความหมาย

• ใช้เมื่อถามราคา โดยตอบเป็นตัวเลขจีน

โครงสร้าง

1 일	2 이	3 삼	4 사	5 오	6 육	7 칠	8 팔	9 구
10 십	20 이십	30 삼십	40 사십	50 오십	60 육십	70 칠십	80 팔십	90 구십

100	백	1,000,000	백만
1,000	천	10,000,000	천만
10,000	만	100,000,000	억
100,000	십만		

ตัวอย่าง A: **얼마예요**? (เท่าไหร่คะ)

B: 오만 원이에요. (ห้าหมื่นวอนค่ะ)

!

1) "20,000원" ออกเสียงว่า "อีมัน ว็อน" แต่ "10,000원" ไม่ออกเสียงว่า "อิลมัน ว็อน" แต่ออกเสียงว่า "มัน ว็อน"

บทที่ 1

이/가
(장소)에 있어요
어디
(위 • 아래 • 앞 • 뒤 • 옆 • 왼쪽 • 오른쪽 • 사이)에 있어요

이/가: คำชี้ประธาน

ตัวอย่าง ① 선생님**이** 도서관에 있어요. (คุณครูอยู่ที่ห้องสมุด)
② 미나 씨**가** 여기 있어요. (คุณมีนาอยู่ที่นี่)

ความหมาย

• "이/가" เป็นคำชี้ประธาน

โครงสร้าง

มีตัวสะกด				ไม่มีตัวสะกด		
집 한국	+	이		앤디 씨 의사	+	가

(장소)에 있어요: อยู่ที่ (สถานที่) (คำชี้แสดงสถานที่)

ตัวอย่าง ① 앤디 씨가 학교**에** 있어요. (คุณแอนดี้อยู่ที่โรงเรียน)
② 미나 씨가 집**에** 없어요. (คุณมีนาไม่อยู่ที่บ้าน)

ความหมาย

• "에" ใช้หลังคำนามที่แสดงสถานที่หรือตำแหน่ง แปลว่า "ที่" ในภาษาไทย

โครงสร้าง

• หน้า "있어요" และ "없어요" จะใช้ "에" เท่านั้น

어디: ที่ไหน

ตัวอย่าง A: 스터디 카페가 **어디**에 있어요? (คาเฟอ่านหนังสืออยู่ที่ไหนคะ)
B: A빌딩에 있어요. (อยู่ที่อาคาร A ครับ)

ความหมาย

- "어디" แปลว่า "ที่ไหน" ในภาษาไทย เป็นสรรพนามแสดงคำถามที่ใช้เมื่อถามตำแหน่งที่ตั้งของสิ่งของ อาคาร หรือคน

โครงสร้าง

- ถ้าข้างหลังเป็น "있어요" จะเติม "에" แต่ถ้าข้างหลังเป็น "예요(เป็น คือ)" ไม่จำเป็นต้องใช้ "에"

ตัวอย่าง ① A: 지금 **어디**에 있어요? (ตอนนี้อยู่ที่ไหนคะ)
B: 학교에 있어요. (อยู่ที่โรงเรียนครับ)

② A: 지금 **어디**예요? (ตอนนี้อยู่ที่ไหนคะ)
B: 학교예요. (อยู่ที่โรงเรียนครับ)

ตำแหน่ง/ทิศทาง: 위(บน), 아래(ล่าง), 앞(หน้า), 뒤(หลัง), 옆(ข้าง), 왼쪽(ข้างซ้าย), 오른쪽(ข้างขวา), 사이(ระหว่าง)에 있어요

ความหมาย

- เติมคำชี้ "에" เมื่อแสดงตำแหน่ง

ตัวอย่าง 가방이 책상 **위**에 있어요. (กระเป๋าอยู่บนโต๊ะ)
가방이 책상 **아래**에 있어요. (กระเป๋าอยู่ใต้โต๊ะ)
가방이 책상 **뒤**에 있어요. (กระเป๋าอยู่หลังโต๊ะ)
가방이 책상 **옆**에 있어요. (กระเป๋าอยู่ข้างโต๊ะ)
가방이 책상 **왼쪽**에 있어요. (กระเป๋าอยู่ข้างซ้ายของโต๊ะ)
가방이 책상 **오른쪽**에 있어요. (กระเป๋าอยู่ข้างขวาของโต๊ะ)
가방이 앤디 씨 가방하고 미나 씨 가방 **사이**에 있어요.
(กระเป๋าอยู่ระหว่างกระเป๋าของคุณแอนดี้และกระเป๋าของคุณมีนา)

"(으)로" เป็นคำชี้ที่แสดงทิศทาง

ตัวอย่าง ① 오른쪽으로 가세요. (กรุณาไปทางขวา)

② 왼쪽으로 가세요. (กรุณาไปทางซ้าย)

บทที่ 2

(시간)에	-아/어요①
몇 시	뭐 해요?
(장소)에 가요	은/는

(시간)에: ตอน (เวลา) (คำชี้แสดงเวลา)

ตัวอย่าง A: 사라 씨, 내일 저녁 여섯 시에 시간 있어요? (คุณซาร่า พรุ่งนี้ตอนหกโมงเย็นมีเวลาไหมครับ)

B: 왜요? (ทำไมเหรอคะ)

ความหมาย

- ตรงกับคำว่า "ตอน" ในภาษาไทย

โครงสร้าง

- ใช้หลังคำนามที่แสดงวันที่ วันในสัปดาห์ หรือเวลา

ตัวอย่าง ① A: 몇 시에 가요? (ไปกี่โมงคะ)

B: 7시에 가요. (ไปตอน 7 โมงค่ะ)

② A: 언제 가요? (ไปเมื่อไหร่คะ)

B: 10월 3일에 가요. (ไปวันที่ 3 ตุลาคมครับ)

몇 시

ตัวอย่าง A: **몇 시**에 공항에 가요? (ไปสนามบินกี่โมงครับ)
B: 오후 다섯 시에 공항에 가요. (ไปสนามบินตอนห้าโมงเย็นค่ะ)

ความหมาย

- เป็นสรรพนามแสดงคำถามเกี่ยวกับเวลา

โครงสร้าง

- เวลาตอบคำถาม จะใช้ตัวเลขเกาหลีบอกชั่วโมง และใช้เลขจีนบอกนาทีและวินาที

เวลา

한 시 / 두 시 / 세 시 / 네 시 / 다섯 시 / 여섯 시
일곱 시 / 여덟 시 / 아홉 시 / 열 시 / 열한 시 / 열두 시
십 분 / 이십 분 / 삼십오 분 / 사십칠 분 / 오십 분 / 오십육 분

ตัวอย่าง

1:40	**한 시**	**사십 분**
	ตัวเลขเกาหลี	ตัวเลขอักษรจีน
2:30	**두 시**	**삼십 분**
	ตัวเลขเกาหลี	ตัวเลขอักษรจีน

ตัวอย่าง A: 한스 씨는 보통 몇 시에 일어나요? (ปกติคุณฮันส์ตื่นนอนกี่โมงครับ)
B: 여섯 시 삼십 분에 일어나요. (ตื่นนอนตอนหกโมง สามสิบนาทีครับ)

(장소)에 가요: ไปที่ (สถานที่) (คำชี้แสดงจุดหมายปลายทาง)

ตัวอย่าง A: 지금 어디**에 가요**? (ตอนนี้จะไปไหนคะ)
B: 도서관**에 가요**. (จะไปห้องสมุดครับ)

ความหมาย

- "에" ใช้หน้าคำกริยา "가다" "오다" เพื่อแสดงสถานที่หรือจุดหมายปลายทางที่มุ่งหน้าไป

ตัวอย่าง A: 어디**에 가요**? (ไปไหนคะ)

B: 학교**에 가요**. (ไปโรงเรียนครับ)

-아/어요①: รูปแบบภาษาที่นุ่มนวลและไม่เป็นทางการของภาคแสดง

ตัวอย่าง A: 저는 여섯 시에 **일어나요**. 그럼 몇 시에 **자요**?(ผมตื่นนอนตอนหกโมงครับ ถ้า
อย่างนั้นเข้านอนกี่โมงครับ)

B: 열한 시에 **자요**.(เข้านอนตอนห้าทุ่มครับ)

ความหมาย

• ในภาษาเกาหลี วิภัตติปัจจัยของประโยคจะแตกต่างกันออกไปตามอายุของคู่สนทนา ความสัมพันธ์กับ
คู่สนทนา และสภาพแวดล้อมของผู้พูด มีโครงสร้างประโยคที่ใช้ในสถานการณ์ที่เป็นทางการ โครงสร้าง
ประโยคที่ใช้ในสถานการณ์ที่ไม่เป็นทางการ และโครงสร้างประโยคที่ใช้พูดคุยกับเพื่อน (반말(คำพูดไม่
สุภาพ)) ในบทเรียนนี้ ผู้เรียนจะได้เรียนโครงสร้างที่ใช้ในสถานการณ์ที่ไม่เป็นทางการ (해요체) เมื่อ
ต้องการพูดอย่างสุภาพในชีวิตประจำวัน (เช่น ชอปปิง หรือพูดคุยกับคนที่เพิ่งเจอกันครั้งแรก) ให้ใส่ "요"
ไว้ท้ายประโยค

โครงสร้าง

• ในบทที่ 2 ผู้เรียนได้เรียนรู้คำกริยา 5 คำ ได้แก่ "가다" "오다" "일어나다" "자다" "하다" รูป
ปัจจุบันของ "-요" ของแต่ละคำจะเปลี่ยนเป็น "가요" "와요" "일어나요" "자요" 해요" ตามลำดับ
คำศัพท์อื่น ๆ นอกเหนือจากนี้ จะเรียนในบทที่ 3

ในบทสนทนาที่ไม่เป็นทางการ ควรเรียกคู่สนทนาด้วยชื่อหรือตำแหน่ง แทนการเรียกว่า "당신
(คุณ)"

ตัวอย่าง A: 앤디 씨, 뭐 해요? (คุณแอนดี้ ทำอะไรคะ)

B: 운동해요. (ออกกำลังกายค่ะ)

ไม่เพียงแต่สถานการณ์ปัจจุบันเท่านั้น แต่สามารถใช้ปัจจุบันกาล (present tense) กับอนาคตอัน
ใกล้ได้ด้วย

> **ตัวอย่าง** ① 지금 집에 있어요. (ตอนนี้อยู่บ้านค่ะ – สภาพปัจจุบัน)
> ② 오늘 뭐 해요? (วันนี้จะทำอะไรคะ – คำถามเกี่ยวกับแผนการในภายหลัง)

สามารถใช้กับสถานการณ์ที่กำลังดำเนินอยู่ได้ด้วย

> **ตัวอย่าง** ① 지금은 뭐 해요? (ตอนนี้ทำอะไรอยู่คะ – สถานการณ์ที่กำลังดำเนินอยู่)

뭐 해요?: จะทำอะไรคะ

> **ตัวอย่าง** A: 렌핑 씨, 오늘 오후에 공부해요? (คุณเหลินผิง วันนี้ตอนบ่ายจะอ่านหนังสือไหม
> คะ)
> B: 아니요. (ไม่ครับ)
> A: 그럼 **뭐 해요**? (ถ้าอย่างนั้นจะทำอะไรคะ)
> B: 명동에 가요. (จะไปเมียงดงครับ)

ความหมาย

• ถามเกี่ยวกับการกระทำที่กำลังดำเนินอยู่ในตอนนี้ด้วยการเติม "해요" หลังสรรพนามแสดงคำถาม "뭐
(อะไร)"

> **ตัวอย่าง** A: 오후에 **뭐 해요**? (ตอนบ่ายจะทำอะไรคะ)
> B: 영화관에 가요. (จะไปโรงภาพยนตร์ครับ)

"해" ใน "뭐 해요? (ทำอะไรอยู่)" อยู่ระหว่างเสียงสระสองเสียง ทำให้เสียง "ㅎ" อ่อนแอ
ลง จึงอาจได้ยิน "뭐 해요?" เป็น "뭐예요?" ได้ จึงควรดูบริบทประกอบการตัดสินใจว่าเป็น
สำนวนไหน

은/는: คำชี้แสดงหัวข้อสนทนา

ตัวอย่าง A: 체육관에 가요. 수잔 씨는 어디에 가요? (จะไปโรงยิมครับ คุณซูจันจะไปไหนครับ)

B: 저도 체육관에 가요. (ดิฉันก็จะไปโรงยิมเหมือนกันค่ะ)

ความหมาย

- สส่วนใหญ่จะใช้เมื่อแนะนำใครบางคนหรือบางสิ่งบางอย่าง หรือเมื่อเปรียบเทียบและเน้นตั้งแต่สองสิ่งขึ้นไป โดย "은" ใช้หลังคำนามที่มีตัวสะกด และ "는" ใช้หลังคำนามที่ไม่มีตัวสะกด

โครงสร้าง

มีตัวสะกด				ไม่มีตัวสะกด		
한국	+	은		앤디 씨	+	는

ตัวอย่าง ① 안나 씨는 캐나다 사람이에요. (คุณแอนดี้เป็นคนแคนาดาค่ะ) → แนะนำ

② 앤디 씨 방은 작아요. 그런데 마이클 씨 방은 커요. → **เปรียบเทียบ**
(ห้องของคุณแอนดี้เล็กครับ แต่ห้องของคุณไมเคิลใหญ่ครับ)

③ 백화점이 비싸요. 하지만 물건은 좋아요. → **เน้น**
(ห้างสรรพสินค้าราคาแพง แต่สินค้าดี)

บทที่ 3

을/를
-아/어요 ②
에서

을/를: คำชี้กรรม

ตัวอย่าง ① 텔레비전을 봐요. (ดูโทรทัศน์)

② 한국어를 공부해요. (เรียนภาษาเกาหลี)

ความหมาย

- “을/를” ใช้แสดงกรรมของกริยา

โครงสร้าง

- ใช้ “을” ในกรณีที่มีตัวสะกด และใช้ “를” ในกรณีที่ไม่มีตัวสะกด

มีตัวสะกด				ไม่มีตัวสะกด		
텔레비전	+	을		한국어	+	를

ตัวอย่าง A: 하루카 씨, 오늘 일본어를 가르쳐요? (คุณฮารุกะ วันนี้สอนภาษาญี่ปุ่นไหมครับ)
B: 아니요. (ไม่ค่ะ)
A: 그럼 뭐 해요? (ถ้าอย่างนั้นจะทำอะไรครับ)
B: 영화를 봐요. (จะดูภาพยนตร์ค่ะ)

ในบทสนทนาในชีวิตประจำวันของชาวเกาหลี มีหลายกรณีที่ละ “을/를” แต่ในช่วงเริ่มต้นการเรียนรู้ ไม่ควรละคำชี้กรรม

ตัวอย่าง 사과를 먹어요. (= 사과 먹어요) (กินแอปเปิล (= กินแอปเปิล))

-아/어요②: รูปแบบภาษาที่นุ่มนวลและไม่เป็นทางการของภาคแสดง

ตัวอย่าง 저는 월요일에 체육관에서 태권도를 **배워요**. (วันจันทร์ผมเรียนเทควันโดที่โรงยิมครับ)
화요일에 친구하고 **점심 식사해요**. (วันอังคารรับประทานอาหารกลางวันกับเพื่อนครับ)
식당에서 중국 음식을 **먹어요**. (รับประทานอาหารจีนที่ร้านอาหารครับ)
금요일에 친구 집에서 영화를 **봐요**. (วันศุกร์ดูภาพยนตร์ที่บ้านเพื่อนครับ)

ความหมาย

- ในบทที่ 2 ได้เรียนรู้วิภัตติปัจจัยที่ใช้ในสถานการณ์ที่ไม่เป็นทางการไปแล้ว ในบทเรียนนี้จะได้เรียนรู้วิธีการเปลี่ยนโครงสร้างของวิภัตติปัจจัยที่ไม่เป็นทางการของคำกริยาและคำคุณศัพท์ วิภัตติปัจจัยของคำกริยาและคำคุณศัพท์ภาษาเกาหลีนั้นเหมือนกัน

โครงสร้าง

1) เมื่อสระตัวสุดท้ายของรากศัพท์ข้างหน้าเป็น " ㅏ " หรือ "ㅗ" จะเติมวิภัตติปัจจัย "-아요"

รากศัพท์	วิภัตติปัจจัย	-아요	รูปที่ผันแล้ว
살	다 (อยู่ อาศัย)	살 -아요	살아요
오	다 (มา)	오 -아요	와요(오 + 아 → 와)
가	다 (ไป)	가 -아요	가요(가 + 아 → 가)
많	다 (เยอะ)	많 -아요	많아요

2) เมื่อสระตัวสุดท้ายของรากศัพท์ข้างหน้าเป็นสระอื่น นอกเหนือจาก " ㅏ " หรือ "ㅗ" จะเติมวิภัตติปัจจัย "-어요"

รากศัพท์	วิภัตติปัจจัย	-어요	รูปที่ผันแล้ว
먹	다 (กิน)	먹 -어요	먹어요
주	다 (ให้)	주 -어요	줘요(주 + 어 → 줘)
마시	다 (ดื่ม)	마시 -어요	마셔요(마시 + 어 → 마셔)
적	다 (น้อย กรอก (ข้อความ))	적 -어요	적어요

3) "하다" เปลี่ยนเป็น "해요"

รากศัพท์	วิภัตติปัจจัย	รูปที่ผันแล้ว
말하	다 (พูด)	말해요
공부하	다 (เรียน)	공부해요
피곤하	다 (เหนื่อย)	피곤해요

!

คำกริยาและคำคุณศัพท์ประกอบไปด้วย "รากศัพท์" และ "วิภัตติปัจจัย" หากตัด "-다" ท้ายคำกริยาหรือคำคุณศัพท์ออก ส่วนที่เหลือจะกลายเป็นรากศัพท์

일어나다(ตื่นนอน ลุกขึ้น) : 일어나 + 다
รากศัพท์ วิภัตติปัจจัย

싸다(ราคาถูก) : 싸 + 다
รากศัพท์ วิภัตติปัจจัย

ในภาษาเกาหลี เมื่อถ่ายทอดเป็นประโยคบอกเล่า ประโยคคำสั่ง ประโยคคำถาม หรือประโยค
ชักชวน ไม่จำเป็นต้องเปลี่ยนแปลงรูป "요" แค่เปลี่ยนแปลงเนื้อหาของประโยคและสำเนียง
ก็ได้

평서문 ประโยคบอกเล่า : 저는 집에 가요. (ดิฉันจะกลับบ้านค่ะ)
명령문 ประโยคคำสั่ง : 집에 가요! (กลับบ้านค่ะ !)
의문문 ประโยคคำถาม : 집에 가요? (กลับบ้านเหรอคะ)
청유문 ประโยคชักชวน : 집에 같이 가요. (กลับบ้านด้วยกันนะคะ)

에서: ที่ (คำชี้แสดงสถานที่)

ตัวอย่าง A: 어디에서 한국 요리를 배워요? (เรียนทำอาหารเกาหลีที่ไหนครับ)
B: 요리 교실에서 한국 요리를 배워요. (เรียนทำอาหารเกาหลีที่ชั้นเรียนสอนทำ
อาหารค่ะ)

ความหมาย

• "에" ที่เรียนในบทที่ 1 ใช้หน้า "있어요/없어요" และเป็นคำชี้ที่ใช้แสดงสถานที่ที่สิ่งของหรือคนอยู่
"에서" ที่จะเรียนในบทนี้ แปลว่า "ที่" ในภาษาไทย โดยเป็นคำชี้ที่ใช้แสดงสถานที่ที่มีการกระทำ
หรือพฤติกรรมบางอย่างเกิดขึ้น และใช้หลังคำนามที่แสดงสถานที่

ตัวอย่าง ① 집에서 공부해요. (อ่านหนังสือที่บ้าน)
② 오늘 집에 있어요. (วันนี้อยู่บ้าน)

도

-았/었어요: วิภัตติปัจจัยแสดงอดีตกาลของภาคแสดง

ตัวอย่าง A: 렌핑 씨, 핸드폰 **샀어요**? (คุณเหลินผิง ซื้อโทรศัพท์มือถือแล้วเหรอคะ)
B: 네, **샀어요**. (ใช่ครับ ซื้อแล้วครับ)
A: 언제 **샀어요**? (ซื้อเมื่อไหร่คะ)
B: 3일 전에 **샀어요**. (ซื้อเมื่อ 3 วันก่อนครับ)

โครงสร้าง

- "-았/었어요" เป็นรูปอดีตของรูป "요" วิธีผันคำกริยาและคำคุณศัพท์จะเหมือนกับรูปปัจจุบัน

1) เมื่อสระตัวสุดท้ายของรากศัพท์ข้างหน้าเป็น "ㅏ" หรือ "ㅗ" จะเติมวิภัตติปัจจัย "-았어요"

รากศัพท์	วิภัตติปัจจัย	-았어요	รูปที่ผันแล้ว
살	다 (อยู่ อาศัย)	살 -았어요	살았어요
오	다 (มา)	오 -았어요	왔어요(오 + 았 → 왔)
가	다 (ไป)	가 -았어요	갔어요(가 + 았 → 갔)
많	다 (เยอะ)	많 -았어요	많았어요

2) มีเมื่อสระตัวสุดท้ายของรากศัพท์ข้างหน้าเป็นสระอื่น นอกเหนือจาก "ㅏ" หรือ "ㅗ" จะเติมวิภัตติปัจจัย "-었어요"

รากศัพท์	วิภัตติปัจจัย	-었어요	รูปที่ผันแล้ว
먹	다 (กิน)	먹 -었어요	먹었어요
주	다 (ให้)	주 -었어요	줬어요(주 + 었 → 줬)
마시	다 (ดื่ม)	마시 -었어요	마셨어요(마시 + 었 → 마셨)
적	다 (น้อย กรอก (ข้อความ))	적 -었어요	적었어요

3) "하다" เปลี่ยนเป็น "했어요"

รากศัพท์	วิภัตติปัจจัย	รูปที่ผันแล้ว
말하	다 (พูด)	말했어요
공부하	다 (เรียน)	공부했어요
피곤하	다 (เหนื่อย)	피곤했어요

안: ไม่ รูปปฏิเสธ (ภาษาพูด)

ตัวอย่าง A: 투안 씨, 월요일에 도서관에 갔어요? (คุณตวน เมื่อวันจันทร์ไปห้องสมุดหรือเปล่าคะ)

B: 아니요, 안 갔어요. (ไม่ครับ ไม่ได้ไปครับ)

ความหมาย

• ใช้หน้าคำกริยาและคำคุณศัพท์เพื่อแสดงการปฏิเสธ

안 + 동사 คำกริยา : 오늘 학교에 안 가요. (วันนี้ไม่ไปโรงเรียน)

안 + 형용사 คำคุณศัพท์ : 날씨가 안 좋아요. (อากาศไม่ดี)

> ! ในกรณีของคำกริยาที่ประกอบไปด้วยคำอักษรจีน + 하다 เช่น 공부하다 ต้องใช้ "안" หน้า "하다"
>
> 명사(คำนาม) 안 하다 : 공부해요. (เรียน)
> 안 공부해요. (X)
> 공부 안 해요. (O) (ไม่เรียน)

도: ด้วย

ตัวอย่าง A: 집에서 뭐 했어요? (ทำอะไรที่บ้านคะ)

B: 요리했어요. 그리고 청소도 했어요. (ทำอาหารครับ แล้วก็ทำความสะอาดด้วยครับ)

ความหมาย

• ใช้ในการแสดงว่าความจริงบางอย่างเหมือนกันกับคำอธิบายหรือประโยคก่อนหน้า แปลว่า "ด้วย" ในภาษาไทย

ตัวอย่าง 김치를 좋아해요. 불고기도 좋아해요. (ชอบกิมจิค่ะ ชอบพุลโกกี)

'으'불규칙: "으" ที่ไม่เป็นไปตามกฎ

ตัวอย่าง A: 네, 그런데 하루카 씨는 어제 왜 파티에 안 왔어요? (ใช่ครับ ว่าแต่ทำไมเมื่อวานคุณฮารุกะไม่มางานเลี้ยงครับ)

B: 어제 **바빴어요**. (เมื่อวานยุ่งค่ะ)

โครงสร้าง

- เมื่อรากศัพท์ของคำกริยาหรือคำคุณศัพท์ลงท้ายด้วย "ㅡ" ให้ตัด "ㅡ" หน้า "-아/어요" ออก

1) เมื่อสระหน้า "ㅡ" เป็น "ㅏ" หรือ "ㅗ" จะเติม "-아요"
   바쁘다(ยุ่ง) : **바쁘 -아요 → 바빠요**. (ยุ่ง)

2) เมื่อสระหน้า "ㅡ" เป็นสระอื่น นอกเหนือจาก "ㅏ" หรือ "ㅗ" จะเติม "-어요"
   예쁘다(สวย) : **예쁘 -어요 → 예뻐요**. (สวย)

3) เมื่อรากศัพท์มี 1 พยางค์ จะเติม "-어요"
   쓰다(เขียน) : **쓰 -어요 → 써요**. (เขียน)

> ! ภาคแสดงที่ไม่เป็นไปตามกฎ : คำกริยาและคำคุณศัพท์บางส่วน เมื่อผันกับวิภัตติปัจจัยอย่าง "-아/어요" รากศัพท์จะเปลี่ยนไป เราเรียกคำกริยาและคำคุณศัพท์ที่รากศัพท์ลงท้ายด้วย "ㄷ, ㄹ, ㅂ, ㅅ, 으, 르" ว่า "ภาคแสดงที่ไม่เป็นไปตามกฎ" เมื่อภาคแสดงที่ไม่เป็นไปตามกฎผันกับวิภัตติปัจจัยที่ขึ้นต้นด้วยสระ รากศัพท์จะเปลี่ยนไป

บทที่ 5

-고 싶어요 | -지 마세요
(으)로① | 에서 까지
-(으)세요① | 어떻게

-고 싶어요: อยาก

ตัวอย่าง ① 안나 씨를 **만나고 싶어요**. (อยากเจอคุณอันนา)

② 빵을 **먹고 싶어요**. (อยากกินขนมปัง)

ความหมาย

- "-고 싶다" แปลว่า "อยาก" ในภาษาไทย ใช้แสดงความปรารถนาหรือความหวังของประธาน

โครงสร้าง

• ใช้กับคำกริยา และใช้โครงสร้างเดิม ไม่ว่ารากศัพท์ของคำกริยาจะมีตัวสะกดหรือไม่มีตัวสะกดก็ตาม

만나다(เจอ) : 만나 -고 싶다 → 만나고 싶다

먹다(กิน) : 먹 -고 싶다 → 먹고 싶다

(으)로 ①: ด้วย โดย คำชี้ที่แสดงวิธีการ

ตัวอย่าง **앤디 : 스티브 씨는 어떻게 학교에 와요?** (คุณสตีฟมาโรงเรียนอย่างไรครับ)

스티브 : 지하철<u>로</u> 와요. (มาด้วยรถไฟฟ้าใต้ดินครับ)

ความหมาย

• แปลว่า "ด้วย โดย" ในภาษาไทย เป็นคำชี้ที่แสดงวิธีการ (เช่น ด้วยรถแท็กซี่ ทางโทรศัพท์ ด้วยพัด ด้วยมือ)

โครงสร้าง

• เมื่อคำนามด้านหน้าไม่มีตัวสะกด หรือลงท้ายด้วยตัวสะกด "ㄹ" จะเติม "로" เมื่อลงท้ายด้วยตัวสะกดอื่นนอกเหนือจาก "ㄹ" จะเติม "(으)로"

-(으)세요①: กรุณา รูปประโยคคำสั่งที่สุภาพ

ตัวอย่าง 지하철 2호선을 **<u>타세요</u>**.

그리고 을지로 3가 역에서 3호선으로 **<u>갈아타세요</u>**.

(กรุณานั่งรถไฟฟ้าใต้ดินสาย 2 ครับ แล้วก็เปลี่ยนไปเป็นสาย 3 ที่สถานีอึลจีโร 3 กาครับ)

ความหมาย

• "-(으)세요 ①" แปลว่า "กรุณา..." ในภาษาไทย เป็นสำนวนที่ใช้แสดงคำสั่งหรือคำขอร้องอย่างสุภาพ

โครงสร้าง

• เมื่อรากศัพท์ไม่มีตัวสะกด จะเติม "-세요" เมื่อรากศัพท์มีตัวสะกด จะเติม "-으세요" อาจฟังดูเหมือนคำสั่งแบบหยาบกระด้างได้ ขึ้นอยู่กับน้ำเสียง จึงควรพูดอย่างนุ่มนวล

가다(ไป) : 가 -세요 → 가세요

읽다(อ่าน) : 읽 -으세요 → 읽으세요

-지 마세요: กรุณาอย่า

ตัวอย่าง 집에 가**지 마세요**. (กรุณาอย่ากลับบ้าน)

ความหมาย

- "-지 마세요" แปลว่า "กรุณาอย่า" ในภาษาไทย เป็นรูปปฏิเสธของ "-으세요"

โครงสร้าง

- เติม "-지 마세요" หลังรากศัพท์ของคำกริยาได้เลย โดยไม่ต้องคำนึงว่ามีตัวสะกดหรือไม่

에서 까지: จาก (สถานที่) ถึง (สถานที่)

ตัวอย่าง 학교**에서** 집**까지** 걸어서 왔어요. (เดินจากโรงเรียนมาถึงบ้าน)

ความหมาย

- "~에서 ~까지" แปลว่า "จาก...ถึง..." ในภาษาไทย เป็นคำชี้ที่แสดงจุดเริ่มต้นของการกระทำ จนถึงสถานที่สุดท้าย

+

คำนามบอกเวลา +부터 คำนามบอกเวลา +까지

แปลว่า "ตั้งแต่..จนถึง..." ในภาษาไทย ใช้แสดงจุดเริ่มต้นและจุดสิ้นสุดของเวลา

ตัวอย่าง 마이클 씨가 아침**부터** 저녁**까지** 일을 해요. (คุณไมเคิลทำงานตั้งแต่เช้าจนถึงเย็น)

어떻게: อย่างไร (คำแสดงคำถาม)

ตัวอย่าง ① **어떻게** 가요? (ไปอย่างไร)

② 김치는 **어떻게** 만들어요? (ทำกิมจิอย่างไร)

ความหมาย

- แปลว่า "อย่างไร" ในภาษาไทย ใช้ถามวิธีการ

-(으)러 가요
(이)나
-(으)ㄹ 거예요

-(으)러 가요: ไป...

ตัวอย่าง ① 책을 사**러** 서점에 **가요**. (ไปซื้อหนังสือที่ร้านหนังสือ)
② 점심을 먹**으러** 식당에 **가요**. (ไปกินอาหารกลางวันที่ร้านอาหาร)
③ 공원에 놀**러 왔어요**. (มาเล่นที่สวนสาธารณะ)

ความหมาย

- "-(으)러 가요" แปลว่า "ไป..." ในภาษาไทย ใช้แสดงวัตถุประสงค์ของการมาหรือการไป

โครงสร้าง

- "-(으)러" ใช้หลังคำกริยาที่แสดงวัตถุประสงค์ เมื่อรากศัพท์ของคำกริยาไม่มีตัวสะกด หรือลงท้ายด้วย "ㄹ" จะใช้ "-러 가다/오다" ข้างหลัง เมื่อลงท้ายด้วยตัวสะกดอื่น นอกเหนือจาก "ㄹ" จะใช้ "-으러 가다/오다" ข้างหลัง

> **!** เมื่ออธิบายเกี่ยวกับสิ่งที่เกิดขึ้นในอดีต จะไม่เปลี่ยนโครงสร้างของคำกริยาด้านหน้า แต่จะเปลี่ยนคำกริยา "가다/오다" ให้อยู่ในรูปอดีตกาล
>
> ตัวอย่าง 어제 책을 **사러** 서점에 갔어요.

(이)나: หรือไม่ก็

ตัวอย่าง A: 어디에 갈 거예요? (จะไปที่ไหนคะ)
B: 북한산**이나** 관악산에 갈 거예요. (จะไปภูเขาพุกฮันซัน หรือไม่ก็ภูเขาควันอักซันครับ)

ความหมาย

- "(이)나" ใช้เชื่อมคำนามสองคำ

โครงสร้าง

- "(이)나" ใช้เชื่อมคำนามสองคำ แปลว่า "หรือไม่ก็" ในภาษาไทย

> คำนาม + (이)나 + คำนาม

커피 / 차 : 커피**나** 차
책 / 신문 : 책**이나** 신문

> ตัวอย่าง   ① 책**이나** 신문을 읽어요. (อ่านหนังสือหรือไม่ก็หนังสือพิมพ์)
> ② 커피**나** 차를 마셔요. (ดื่มกาแฟหรือไม่ก็ชา)

-(으)ㄹ 거예요: 미래 시제 อนาคตกาลของ "-아/어요"

> ตัวอย่าง   ① A: 안나 씨, 언제 부산에 **갈 거예요**? (คุณอันนา จะไปปูซานเมื่อไหร่คะ)
> B: 다음 주에 **갈 거예요**. (จะไปสัปดาห์หน้าค่ะ)

② 오늘 친구하고 점심을 먹**을 거예요**. (วันนี้จะกินอาหารกลางวันกับเพื่อนครับ)

ความหมาย

- "-(으)ㄹ 거예요" แปลว่า "จะ" ในภาษาไทย ใช้แสดงว่าประธานของประโยคจะทำอะไรในอนาคต

โครงสร้าง

- "-(으)ㄹ 거예요" ใช้กับคำกริยา หากเป็นรากศัพท์ที่มีตัวสะกด จะเติม "-을 거예요" และหากเป็นราก
ศัพท์ที่ไม่มีตัวสะกด จะเติม "ㄹ 거예요"

가다 : 가 -ㄹ 거예요 → 갈 거예요

먹다 : 먹 -을 거예요 → 먹을 거예요

> ! ① <u>คำกริยา "ㄷ" ที่ไม่ผันตามกฎ</u>
> ในกรณีที่รากศัพท์ของคำกริยามี "ㄷ" เป็นตัวสะกด ต้องเปลี่ยน "ㄷ" เป็น "ㄹ" และเติม
> "-을 거예요"
>
> 걷다 : 걷 -을 거예요 → 걸을 거예요
>
> ② <u>คำกริยาและคำคุณศัพท์ "ㄹ" ที่ไม่ผันตามกฎ</u>
> ในกรณีที่ตัวสะกดของรากศัพท์คำกริยาเป็น "ㄹ" จะละตัวสะกด "ㄹ" และเติม
> "-ㄹ 거예요"
>
> 만들다 : 만드 -ㄹ 거예요 → 만들 거예요

ในกรณีที่ประธานเป็นสรรพนามบุรุษที่ 3 สามารถใช้แสดงการคาดเดาของผู้พูดได้ และสามารถ
ใช้กับคำคุณศัพท์ได้

> `ตัวอย่าง` ① 앤디 씨가 운동을 좋아**할 거예요**. (คุณแอนดี้น่าจะชอบออกกำลังกาย)
>
> ② 앤디 씨가 지금 식당에 있**을 거예요**. (ตอนนี้คุณแอนดี้คงจะอยู่ที่ร้าน
> อาหาร)
>
> ③ 앤디 씨 생일이 5월 20일**일 거예요**. (วันเกิดของคุณแอนดี้น่าจะเป็นวัน
> ที่ 20 พฤษภาคม)

คำศัพท์และสำนวนแต่ละบท

● คำนาม   ■ คำกริยา   ▲ คำคุณศัพท์   ◆ อื่น ๆ   □ สำนวน

เตรียมความพร้อม 1

말하기 การพูด

국적 สัญชาติ

- 미국 สหรัฐอเมริกา
- 한국 ประเทศเกาหลี
- 중국 ประเทศจีน
- 태국 ประเทศไทย
- 일본 ประเทศญี่ปุ่น
- 독일 ประเทศเยอรมนี
- 베트남 ประเทศเวียดนาม
- 프랑스 ประเทศฝรั่งเศส
- 몽골 ประเทศมองโกเลีย
- 브라질 ประเทศบราซิล

직업 อาชีพ

- 학생 นักเรียน
- 선생님 ครู
- 회사원 พนักงานบริษัท
- 의사 แพทย์
- 간호사 พยาบาล
- 요리사 คนทำอาหาร
- 가수 นักร้อง
- 배우 นักแสดง
- 작가 นักเขียน
- 패션 디자이너 นักออกแบบแฟชั่น
- 군인 ทหาร
- 경찰 ตำรวจ

대화 บทสนทนา

□ 안녕하세요? สวัสดีค่ะ

□ 이름이 뭐예요? คุณชื่ออะไรคะ

□ A: 어느 나라 사람이에요? คุณเป็นคนประเทศไหนคะ

□ B: 미국 사람이에요. เป็นคนอเมริกันครับ

□ 아, 그래요? อ๋อ เหรอคะ

□ 반갑습니다. ยินดีค่ะ

□ 무슨 일을 하세요? ทำงานอะไรคะ

- 일본어 선생님 ครูสอนภาษาญี่ปุ่น
- 가이드 ไกด์
- 프로그래머 โปรแกรมเมอร์

□ A: 이분이 누구예요? ท่านนี้เป็นใครคะ

□ B: 가브리엘 씨예요. ท่านนี้คือคุณกาเบรียลค่ะ

읽고 말하기 การอ่านและการพูด

- 운동 การออกกำลังกาย กีฬา

□ 좋아해요. ชอบค่ะ

□ 만나서 반갑습니다. ยินดีที่ได้รู้จักค่ะ

- 드라마 ละคร
- 공부 การเรียน

เตรียมความพร้อม 2

말하기 การพูด

사물 สิ่งของ

● 책	หนังสือ
● 공책	สมุด
● 필통	กล่องดินสอ
● 연필	ดินสอ
● 샤프	ดินสอกด
● 볼펜	ปากกาลูกลื่น
● 지우개	ยางลบ
● 수정 테이프	เทปลบคำผิด
● 가위	กรรไกร
● 가방	กระเป๋า
● 우산	ร่มกันฝน
● 달력	ปฏิทิน
● 책상	โต๊ะหนังสือ
● 의자	เก้าอี้
● 시계	นาฬิกา
● 노트북	โน้ตบุ๊ก
● 텔레비전	โทรทัศน์
● 에어컨	เครื่องปรับอากาศ

대화 บทสนทนา

◆ 그럼	ถ้าอย่างนั้น
□ A: 누구 거예요?	A : ของใครครับ
□ B: 제 거예요.	B : ของดิฉันค่ะ
□ 여기 있어요.	อยู่นี่ครับ
□ A: 고마워요.	A : ขอบคุณค่ะ
□ B: 아니에요.	B : ไม่เป็นไรครับ
● 충전기	เครื่องชาร์จ
● 핸드폰	โทรศัพท์มือถือ

듣고 말하기 การฟังและการพูด

● 거울	กระจก
● 비누	สบู่
● 수건	ผ้าขนหนู
● 휴지	กระดาษชำระ
● 칫솔	แปรงสีฟัน
● 치약	ยาสีฟัน
● 접시	จาน
● 컵	แก้ว
● 숟가락	ช้อน
● 젓가락	ตะเกียบ
□ 이게 한국어로 뭐예요?	สิ่งนี้ภาษาเกาหลีเรียกว่าอะไรครับ
□ 사라 씨 거예요.	ของคุณซาร่าค่ะ

준비 3 เตรียมความพร้อม 3

말하기 การพูด

숫자 ① ตัวเลข ①

◆ 0 공	0 ศูนย์
◆ 1 일	1 หนึ่ง
◆ 2 이	2 สอง
◆ 3 삼	3 สาม
◆ 4 사	4 สี่
◆ 5 오	5 ห้า
◆ 6 육	6 หก
◆ 7 칠	7 เจ็ด
◆ 8 팔	8 แปด
◆ 9 구	9 เก้า
◆ 10 십	10 สิบ
◆ 20 이십	20 ยี่สิบ
◆ 30 삼십	30 สามสิบ
◆ 40 사십	40 สี่สิบ
◆ 50 오십	50 ห้าสิบ
◆ 60 육십	60 หกสิบ
◆ 70 칠십	70 เจ็ดสิบ
◆ 80 팔십	80 แปดสิบ
◆ 90 구십	90 เก้าสิบ
◆ 100 백	100 หนึ่งร้อย

날짜 วันที่

● 1월 일월	มกราคม
● 2월 이월	กุมภาพันธ์
● 3월 삼월	มีนาคม
● 4월 사월	เมษายน
● 5월 오월	พฤษภาคม
● 6월 유월	มิถุนายน
● 7월 칠월	กรกฎาคม
● 8월 팔월	สิงหาคม
● 9월 구월	กันยายน
● 10월 시월	ตุลาคม
● 11월 십일월	พฤศจิกายน
● 12월 십이월	ธันวาคม

문법 ไวยากรณ์

◆ 지금	ตอนนี้
● 안경	แว่นตา
● 컴퓨터	คอมพิวเตอร์
● 선글라스	แว่นกันแดด
● 교통카드	บัตรโดยสาร
● 여권	หนังสือเดินทาง

대화 บทสนทนา

● 전화번호	เบอร์โทรศัพท์
□ A: 전화번호가 몇 번이에요?	A : เบอร์โทรศัพท์หมายเลขอะไรครับ
□ B: 010-4948-1287이에요.	B : 010-4948-1287 ค่ะ
□ A: 맞아요?	A : ใช่ไหมครับ

□ B: 네, 맞아요. B : ใช่ค่ะ ถูกต้องค่ะ

● 생일 วันเกิด

□ A: 알아요? A : ทราบไหมครับ

□ B: 네, 알아요. B : ค่ะ ทราบค่ะ

□ A: 생일이 며칠이에요? A : วันเกิดวันที่เท่าไหร่ครับ

□ B: 7월 15일이에요. B : วันที่ 15 กรกฎาคมค่ะ

เตรียมความพร้อม

4

말하기 การพูด

숫자 ② ตัวเลข ②

◆ 하나 หนึ่ง

◆ 둘 สอง

◆ 셋 สาม

◆ 넷 สี่

◆ 다섯 ห้า

◆ 여섯 หก

◆ 일곱 เจ็ด

◆ 여덟 แปด

◆ 아홉 เก้า

◆ 열 สิบ

◆ 한 개 หนึ่งอัน

◆ 두 개 สองอัน

◆ 세 개 สามอัน

◆ 네 개 สี่อัน

금액 มูลค่า

◆ 십 원 สิบวอน

◆ 오십 원 ห้าสิบวอน

◆ 백 원 ร้อยวอน

◆ 오백 원 ห้าร้อยวอน

◆ 천 원 พันวอน

◆ 오천 원 ห้าพันวอน

◆ 만 원 หมื่นวอน

◆ 오만 원 ห้าหมื่นวอน

문법 ไวยากรณ์

● 커피 กาแฟ

● 물 น้ำ

● 콜라 โคล่า

● 오렌지 주스 น้ำส้ม

● 레몬차 ชามะนาว

● 녹차 ชาเขียว

□ A: 몇 개 있어요? A : มีกี่อันครับ

□ B: 한 개 있어요. B : มีหนึ่งอันค่ะ

□ A: 얼마예요? A : เท่าไหร่ครับ

□ B: 이만 삼천팔백오십 원이에요. B : สองหมื่นสามพันแปดร้อยห้าสิบวอนค่ะ

대화 บทสนทนา

□ 여기요. นี่ค่ะ

□ 물 좀 주세요. ขอน้ำค่ะ
- 된장찌개 ทเวนจังจีแก
- 비빔밥 พิบิมบับ
- 김치찌개 กิมจิจีแก
- 냉면 บะหมี่เย็น
- 삼계탕 ไก่ตุ๋นโสม
- 빨대 หลอด

□ 저기 있어요. อยู่ตรงโน้นค่ะ
- 아메리카노 อเมริกาโน
- 카페라테 คาเฟลาเต
- 레모네이드 น้ำมะนาว
- 아이스티 ไอซ์ที

듣고 말하기 การฟังและการพูด

- 라면 บะหมี่กึ่งสำเร็จรูป
- 우유 นม
- 맥주 เบียร์
- 사과 แอปเปิล
- 바나나 กล้วย
- 포도 องุ่น

□ 어서 오세요. เชิญค่ะ

□ 모두 얼마예요? ทั้งหมดเท่าไหร่ครับ

บทที่ 1

말하기 การพูด

장소 สถานที่

- 학교 โรงเรียน
- 교실 ห้องเรียน
- 도서관 ห้องสมุด
- 카페 ร้านกาแฟ
- 편의점 ร้านสะดวกซื้อ
- 식당 ร้านอาหาร
- 회사 บริษัท
- 영화관 โรงภาพยนตร์
- 서점 ร้านหนังสือ
- 은행 ธนาคาร
- 대사관 สถานเอกอัครราชทูต
- 우체국 ที่ทำการไปรษณีย์

□ A: 여기가 어디예요? A : ที่นี่คือที่ไหนครับ

□ B: 학교예요. B : โรงเรียนค่ะ

위치 ที่ตั้ง

- 위 บน
- 아래 ล่าง
- 앞 หน้า
- 뒤 หลัง
- 옆 ข้าง

● 왼쪽	ด้านซ้าย
● 오른쪽	ด้านขวา
● 안	ใน
● 밖	นอก

문법 ไวยากรณ์

● 직업	อาชีพ
● 오늘	วันนี้
◆ 몇 명	กี่คน
◆ 1층	ชั้น 1
● 화장실	ห้องน้ำ
● 지하	ใต้ดิน
● 고양이	แมว
● 쓰레기통	ถังขยะ
● 강아지	ลูกหมา
● 침대	เตียง
● 모자	หมวก

대화 บทสนทนา

□ 실례합니다.	ขอโทษนะคะ
□ 여보세요.	สวัสดีค่ะ (สนทนาทางโทรศัพท์)
◆ 혹시	ไม่ทราบว่า
◆ 제 책	หนังสือของดิฉัน
● 문	ประตู
◆ 이 근처	แถวนี้
● 빌딩	อาคาร
□ A: 감사합니다.	A : ขอบคุณครับ
□ B: 아니에요.	B : ไม่เป็นไรค่ะ

읽고 말하기 การอ่านและการพูด

● 고향	บ้านเกิด
● 집	บ้าน
● 파리	ปารีส
● 상파울루	เซาเปาโล
□ 한국 영화를 좋아해요.	ชอบภาพยนตร์เกาหลีค่ะ
● 백화점	ห้างสรรพสินค้า
● 공원	สวนสาธารณะ

듣고 말하기 การฟังและการพูด

◆ 스터디 카페	คาเฟ่อ่านหนังสือ
◆ 참!	จริงสิ
□ 시간이 있어요?	มีเวลาไหมคะ
□ 왜요?	ทำไมเหรอครับ
□ 제 생일이에요	เป็นวันเกิดของดิฉันค่ะ
◆ 친구들하고	กับเพื่อน ๆ
□ 같이 식사해요.	รับประทานอาหารด้วยกันนะคะ
□ 좋아요.	ดีครับ

บทที่

2

말하기 การพูด

시간 เวลา

● 오전	ก่อนเที่ยง
● 오후	หลังเที่ยง
● 시	โมง
● 분	นาที
□ A: 몇 시예요?	A : กี่โมงคะ
□ B: 한 시예요.	B : บ่ายโมงครับ
□ 한 시 삼십 분이에요.	บ่ายโมงสามสิบนาทีครับ
□ 한 시 반이에요.	บ่ายโมงครึ่งครับ

행동① การกระทำ

■ 공부하다 - 공부해요	เรียนหนังสือ
■ 일하다 - 일해요	ทำงาน
■ 요리하다 - 요리해요	ทำอาหาร
■ 식사하다 - 식사해요	รับประทานอาหาร
■ 이야기하다 - 이야기해요	พูดคุย
■ 전화하다 - 전화해요	โทรศัพท์
■ 운동하다 - 운동해요	ออกกำลังกาย
■ 쇼핑하다 - 쇼핑해요	ชอปปิง
■ 숙제하다 - 숙제해요	ทำการบ้าน
■ 세수하다 - 세수해요	ล้างหน้า
■ 샤워하다 - 샤워해요	อาบน้ำ
■ 게임하다 - 게임해요	เล่นเกม

문법 ไวยากรณ์

□ 일어나요.	ตื่นนอน
□ 자요.	นอน
□ 가요.	ไป
● 체육관	โรงยิม
● 공항	สนามบิน
● 병원	โรงพยาบาล
□ 와요.	มา
◆ 학생 식당	โรงอาหาร
◆ 저녁 식사하다	รับประทานอาหารเย็น

대화 บทสนทนา

◆ 저도	ผมเองก็ด้วย
◆ 보통	ปกติแล้ว
□ 아침 식사해요.	รับประทานอาหารเช้า
□ 점심 식사해요.	รับประทานอาหารกลางวัน

읽고 말하기 การอ่านและการพูด

◆ 사람들	ผู้คน

◆ 학생들	พวกนักเรียน
● 길	ถนน ทาง
□ 자동차가 많아요.	รถเยอะ
● 시험	การสอบ
● 호주	ออสเตรเลีย
● 시드니	ซิดนีย์
● 베를린	เบอร์ลิน
● 친구	เพื่อน
● 수업	ชั้นเรียน
● 밤	กลางคืน
□ 조용해요.	เงียบ
● 방	ห้อง
● 회의	การประชุม

듣고 말하기 การฟังและการพูด

◆ 내일	พรุ่งนี้
● 저녁	ตอนเย็น
□ 미안해요.	ขอโทษนะคะ
□ 약속이 있어요.	มีนัดแล้วค่ะ
◆ 다음에	ครั้งหน้า
◆ 제 친구	เพื่อนของผม
□ 내일 같이 만나요.	พรุ่งนี้ไปเจอด้วยกันนะครับ

บทที่ 3

말하기 การพูด

행동② การกระทำ ②

◆ (비자를) 받다 - 받아요	ได้รับ (วีซา)
◆ (친구를) 만나다 - 만나요	พบ (เพื่อน)
◆ (옷을) 사다 - 사요	ซื้อ (เสื้อผ้า)
◆ (영화를) 보다 - 봐요	ดู (ภาพยนตร์)
◆ (밥을) 먹다 - 먹어요	กิน (ข้าว)
◆ (책을) 읽다 - 읽어요	อ่าน (หนังสือ)
◆ (영어를) 가르치다 - 가르쳐요	สอน (ภาษาอังกฤษ)
◆ (커피를) 마시다 - 마셔요	ดื่ม (กาแฟ)
◆ (책을) 빌리다 - 빌려요	ยืม (หนังสือ)
◆ (테니스를) 배우다 - 배워요	เรียน (เทนนิส)
◆ (춤을) 추다 - 춰요	เต้น
◆ (음악을) 듣다 - 들어요	ฟัง (เพลง)

문법 ไวยากรณ์

□ 싫어해요.	ไม่ชอบ

◆ 한국 음식	อาหารเกาหลี
● 김밥	คิมบับ
● 요가	โยคะ
● 테니스장	สนามเทนนิส

대화 บทสนทนา

● 일본어	ภาษาญี่ปุ่น
◆ 테니스를 치다	ตีเทนนิส
◆ 요가를 하다	เล่นโยคะ
◆ 한국 요리	อาหารเกาหลี
◆ 요리 교실	ชั้นเรียนสอนทำอาหาร
◆ 친구 집	บ้านเพื่อน
◆ 댄스 교실	ชั้นเรียนเต้น
■ 축구하다	เตะฟุตบอล
● 운동장	สนามกีฬา
■ 산책하다	เดินเล่น

읽고 말하기 การอ่านและการพูด

● 월요일	วันจันทร์
◆ 그래서	เพราะฉะนั้น ดังนั้น จึง
● 화요일	วันอังคาร
● 수요일	วันพุธ
● 목요일	วันพฤหัสบดี
● 금요일	วันศุกร์
● 토요일	วันเสาร์
● 일요일	วันอาทิตย์
● 태권도	เทควันโด
◆ 중국 음식	อาหารจีน
◆ 아주	มาก
● 불고기	พุลโกกี
■ 만들다	ทำ
■ 여행하다	ท่องเที่ยว
◆ 월요일부터	ตั้งแต่วันจันทร์
◆ 금요일까지	ถึงวันศุกร์
□ 바빠요.	ยุ่ง
■ 등산하다	เดินเขา

듣고 말하기 การฟังและการพูด

● 영화표	ตั๋วภาพยนตร์
□ 무슨 영화예요?	ภาพยนตร์อะไร
◆ 그 영화	ภาพยนตร์เรื่องนั้น
□ 재미있어요.	สนุก
□ 몰라요.	ไม่รู้จัก
◆ 용산 역	สถานียงซัน
◆ 1번 출구	ทางออกที่ 1

บทที่ 4

말하기 การพูด

과거 시간 เวลาในอดีต

● 오늘	วันนี้
● 어제	เมื่อวาน

◆ 2일 전	สองวันก่อน
◆ 이번 주	สัปดาห์นี้
● 지난주	สัปดาห์ที่แล้ว
◆ 이번 달	เดือนนี้
● 지난달	เดือนที่แล้ว
● 올해	ปีนี้
● 작년	ปีที่แล้ว

집안일 งานบ้าน

◆ 요리(를) 하다	ทำอาหาร
◆ 청소(를) 하다	ทำความสะอาด
◆ 설거지(를) 하다	ล้างจาน
◆ 빨래(를) 하다	ซักผ้า
◆ 다리미질(을) 하다	รีดผ้า
◆ 책상 정리(를) 하다	จัดโต๊ะหนังสือ

문법 ไวยากรณ์

□ 날씨가 좋아요.	อากาศดี
□ 교실이 조용해요.	ห้องเรียนเงียบ
● 매일	ทุกวัน
● 주말	สุดสัปดาห์
□ 피곤해요.	เหนื่อย
□ 수업 후	หลังเลิกเรียน

대화 บทสนทนา

◆ 언제	เมื่อไหร่
● 수영	การว่ายน้ำ
◆ 이사하다	ย้ายบ้าน
◆ 왜	ทำไม

◆ 점심을 먹다	กินอาหารกลางวัน
▲ 바쁘다	ยุ่ง
◆ 다리가 아프다	ปวดขา
◆ 일이 많다	งานเยอะ
◆ 시간이 없다	ไม่มีเวลา

읽고 말하기 การอ่านและการพูด

◆ 그래서	เพราะฉะนั้น ดังนั้น จึง
■ 초대하다	เชิญ
● 파티	งานเลี้ยง
■ 준비하다	เตรียม
◆ 그리고	และ
● 마트	มาร์ท
● 과일	ผลไม้
● 주스	น้ำผลไม้
◆ 다 같이	ร่วมกัน
◆ 맛있게	อย่างเอร็ดอร่อย
◆ 많이	มาก หลาย
□ 아홉 시쯤	ประมาณ 9 นาฬิกา
■ 끝나다	เสร็จ เลิก
◆ 그다음에	จากนั้น
■ 노래하다	ร้องเพลง
◆ 정말	จริง ๆ
■ 말하다	พูด
□ 맛있어요.	อร่อย
◆ 하지만	แต่

48

◆ 기분이 좋다	อารมณ์ดี

듣고 말하기 การฟังและการพูด

□ 우와!	ว้าว
◆ 그런데	แต่
■ 기다리다	รอ

บทที่ 5

말하기 การพูด

교통수단 วิธีการเดินทาง

● 버스	รถเมล์
● 지하철	รถไฟฟ้าใต้ดิน
● 자동차	รถยนต์
● 택시	แท็กซี่
● 자전거	รถจักรยาน
● 오토바이	รถมอเตอร์ไซค์
● 기차	รถไฟ
● 비행기	เครื่องบิน
◆ 걸어서	เดิน

문법 ไวยากรณ์

◆ 친구하고 놀다	เที่ยวเล่นกับเพื่อน
◆ 방학 때	ตอนปิดเทอม
● 선물	ของขวัญ
□ 어떻게 가요?	ไปอย่างไรครับ
◆ 공항에서 집까지	จากสนามบินถึงบ้าน
◆ 이름을 쓰다	เขียนชื่อ
■ 쉬다	พัก
◆ 23쪽	หน้า 23
◆ 잘 듣다	ฟังให้ดี
◆ 문장을 만들다	แต่งประโยค
◆ 자리에서 일어나다	ลุกจากที่
◆ 노래를 하다	ร้องเพลง
◆ 인사를 하다	ทักทาย
◆ 창문을 열다	เปิดหน้าต่าง
◆ 친구 얼굴을 그리다	วาดภาพใบหน้าเพื่อน

대화 บทสนทนา

◆ 저기	ตรงโน้น
■ 타다	ขึ้น ขี่ นั่ง
□ 얼마나 걸려요?	ใช้เวลาเท่าไหร่ครับ
◆ 30분쯤	ประมาณ 30 นาที
◆ 2호선	สาย 2
■ 갈아타다	เปลี่ยนสายรถ
■ 내리다	ลง
● KTX	Korea Train eXpress (a high-speed train)
◆ 세 시간	สามชั่วโมง
● ITX	Intercity Train eXpress (a high-speed train)
● 고속버스	รถประจำทางด่วนพิเศษ

읽고 말하기 การอ่านและการพูด

■ 다니다	ไปและกลับเป็นประจำ
■ 시작하다	เริ่มต้น
▲ 멀다	ไกล
● 첫날	วันแรก
◆ 왜냐하면	เพราะ
● 정류장	ป้ายรถประจำทาง
▲ 가깝다	ใกล้
◆ 길이 막히다	รถติด
■ 늦다	สาย
◆ 다음 날	วันต่อมา
● 지하철역	สถานีรถไฟฟ้าใต้ดิน
◆ 조금	นิดหน่อย
■ 걷다	เดิน
▲ 빠르다	เร็ว
◆ 일찍	เร็วกว่ากำหนด
■ 도착하다	ถึง
◆ 요즘	ช่วงนี้
◆ 이제	ตอนนี้

듣고 말하기 การฟังและการพูด

◆ 친구들한테서	จากพวกเพื่อน ๆ
◆ 자주	บ่อย
□ 정말요?	จริงเหรอครับ
□ 와!	ว้าว
□ 다음 주 어때요?	สัปดาห์หน้าดีไหมคะ

บทที่ 6

말하기 การพูด

미래 시간 เวลาในอนาคต

● 내일	พรุ่งนี้
◆ 2일 후	อีกสองวัน
◆ 다음 주	สัปดาห์หน้า
◆ 다음 달	เดือนหน้า
● 내년	ปีหน้า

문법 ไวยากรณ์

◆ 환전을 하다	แลกเงิน
◆ 사진을 찍다	ถ่ายรูป
◆ 옷을 바꾸다	เปลี่ยนเสื้อผ้า
◆ 택배를 보내다	ส่งพัสดุ
◆ 머리를 자르다	ตัดผม
● 쇼핑몰	ชอปปิงมอลล์
● 영어	ภาษาอังกฤษ
● 노래	เพลง

대화 บทสนทนา

■ 구경하다	เที่ยวชม
● 휴가	การพักร้อน
◆ 서핑을 하다	เล่นเซิร์ฟ โต้คลื่น
◆ 시티투어버스를 타다	นั่งรถทัวร์รอบเมือง

읽고 말하기 การอ่านและการพูด

◆ 아르바이트를 하다	ทำงานพิเศษ
□ 새 친구들	พวกเพื่อนใหม่
□ 반 친구들	พวกเพื่อนร่วมห้อง
◆ 낮잠을 자다	นอนกลางวัน
◆ 주중	กลางสัปดาห์
● 손님	แขก ลูกค้า
◆ 이번	ครั้งนี้

듣고 말하기 การฟังและการพูด

● 유럽	ยุโรป
● 혼자	คนเดียว
● 박물관	พิพิธภัณฑ์
□ 그리고 또	แล้วก็...อีก
◆ 파리에만	แค่ที่ปารีส
◆ 이탈리아에도	อิตาลีด้วย
● 로마	โรม
● 베네치아	เวนิส
◆ 나중에	ทีหลัง
□ 사진을 보여주세요.	ขอดูรูปด้วยนะครับ
□ 여행 잘 다녀오세요.	ขอให้เที่ยวให้สนุกนะครับ

คำแปลบทอ่าน (ภาษาไทย)

(บทสนทนา การอ่านและการพูด การฟังและการพูด)

เตรียมความพร้อม 1

ยินดีที่ได้รู้จักค่ะ

การพูด

บทสนทนา 1 เป็นคนประเทศไหนคะ

มีนา สวัสดีค่ะ ฉันชื่อมีนาค่ะ
คุณชื่ออะไรคะ
แอนดี้ ชื่อแอนดี้ครับ
มีนา คุณแอนดี้ คุณเป็นคนประเทศไหนคะ
แอนดี้ ผมเป็นคนอเมริกันครับ
มีนา อ๋อ เหรอคะ ยินดีที่ได้รู้จักค่ะ

บทสนทนา 2 ทำงานอะไรคะ

ซูจัน สวัสดีค่ะ ฉันชื่อซูจันค่ะ
แอนดี้ สวัสดีครับ คุณซูจัน
ผมชื่อแอนดี้ครับ
ซูจัน คุณแอนดี้ทำงานอะไรคะ
แอนดี้ ผมเป็นนักเรียนครับ

การอ่านและการพูด ท่านนี้เป็นใครคะ

แอนดี้

สวัสดีครับ
ผมชื่อแอนดี้ครับ
ผมเป็นคนอเมริกันครับ
ผมเป็นนักเรียนครับ
ผมชอบออกกำลังกายครับ
ยินดีที่ได้รู้จักครับ

ฮารุกะ

สวัสดีค่ะ
ดิฉันชื่อฮารุกะค่ะ
ดิฉันเป็นคนญี่ปุ่นค่ะ
ดิฉันเป็นครูสอนภาษาญี่ปุ่นค่ะ
ดิฉันชอบดูละครค่ะ
ยินดีที่ได้รู้จักค่ะ

เตรียมความพร้อม 2

หนังสือภาษาเกาหลีค่ะ

การพูด

บทสนทนา 1 สิ่งนี้คืออะไรครับ

แอนดี้ สิ่งนี้คืออะไรครับ
ฮารุกะ คือดินสอค่ะ
แอนดี้ ถ้าอย่างนั้น สิ่งโน้นคืออะไรครับ
ฮารุกะ คือนาฬิกาค่ะ

บทสนทนา 2 ของใครครับ

ฮันส์ ร่มของใครครับ
วรรณ ของดิฉันค่ะ
ฮันส์ อยู่นี่ครับ
วรรณ ขอบคุณค่ะ
ฮันส์ ไม่เป็นไรครับ

การฟังและการพูด คือร่มค่ะ

1. A : สิ่งนี้คืออะไรครับ
B : คือสบู่ค่ะ
A : ถ้าอย่างนั้น สิ่งโน้นคืออะไรครับ
B : คือผ้าขนหนูค่ะ

2. A : สิ่งนี้คืออะไรครับ
B : คือช้อนค่ะ
A : ถ้าอย่างนั้น สิ่งโน้นคืออะไรครับ
B : คือจานค่ะ

3. A : สิ่งนี้คืออะไรครับ
B : คือกล่องดินสอค่ะ
A : ถ้าอย่างนั้น สิ่งโน้นคืออะไรครับ
B : คือหนังสือค่ะ

4. A : คุณมีนา สิ่งนี้ภาษาเกาหลีเรียกว่าอะไรครับ
B : เรียกว่าร่มค่ะ
A : ของใครครับ
B : ของคุณซาร่าค่ะ

3 มีโทรศัพท์มือถือไหมครับ

การพูด

บทสนทนา 1 เบอร์โทรศัพท์หมายเลขอะไรครับ

แอนดี้ คุณซูจัน มีหมายเลขโทรศัพท์ที่ประเทศเกาหลีไหมครับ
ซูจัน ค่ะ มีค่ะ
แอนดี้ เบอร์โทรศัพท์หมายเลขอะไรครับ
ซูจัน 010-4948-1287 ค่ะ
แอนดี้ 010-4948-1287 ใช่ไหมครับ
ซูจัน ใช่ค่ะ ถูกต้องค่ะ

บทสนทนา 2 วันเกิดวันที่เท่าไหร่ครับ

แอนดี้ คุณวรรณ ทราบวันเกิดของคุณเหลินผิงไหมครับ
วรรณ ค่ะ ทราบค่ะ
แอนดี้ วันเกิดของคุณเหลินผิงวันที่เท่าไหร่ครับ
วรรณ วันที่ 15 กรกฎาคมค่ะ

การอ่านและการพูด หมายเลขอะไรคะ

1. รหัสผ่าน
   2580 ค่ะ

2. หมายเลขบัตร
   2374 7456 8732 2437 ค่ะ

3. หมายเลขบัญชีธนาคาร
   647 910288 00707 ค่ะ

4. สายรถเมล์
   สาย 7 ค่ะ

5. สายรถเมล์
   สาย 14-1 ค่ะ

6. หมายเลขชั้น
   ชั้น 9 ค่ะ

7. หมายเลขสายรถไฟฟ้าใต้ดิน
   สาย 2 ค่ะ

8. หมายเลขทางออกสถานีรถไฟฟ้าใต้ดิน
ทางออกที่ 6 ค่ะ

9. หมายเลขห้อง
ห้อง 105 ค่ะ

เตรียมความพร้อม 4 ขอกาแฟค่ะ

การพูด

บทสนทนา 1 ขอพิบิมบับสองที่ครับ

แอนดี้ ขอโทษนะครับ ขอน้ำหน่อยครับ
พนักงาน ได้ค่ะ
แอนดี้ ขอทเวนจังจีแกหนึ่งที่ และพิบิมบับสองที่ครับ

...

พนักงาน นี่ค่ะ

บทสนทนา 2 สามพันวอนค่ะ

เหลินผิง ขออเมริกาโนครับ เท่าไหร่ครับ
พนักงาน 3,000 วอนค่ะ

...

พนักงาน นี่ค่ะ
เหลินผิง มีหลอดไหมครับ
พนักงาน มีค่ะ อยู่ตรงโน้นค่ะ

การฟังและการพูด ทั้งหมดเท่าไหร่ครับ

1. พนักงาน เชิญค่ะ
แอนดี้ แอปเปิลราคาเท่าไหร่ครับ
พนักงาน หกลูก 17,000 วอนค่ะ
แอนดี้ องุ่นราคาเท่าไหร่ครับ
พนักงาน พวงละ 7,800 วอนค่ะ
แอนดี้ ถ้าอย่างนั้น ขอแอปเปิลครับ

2.
พนักงาน	เชิญค่ะ
แอนดี้	ขอนม 2 กล่องครับ เท่าไหร่ครับ
พนักงาน	5,700 วอนค่ะ
แอนดี้	ขอบะหมี่กึ่งสำเร็จรูป 5 ซองครับ เท่าไหร่ครับ
พนักงาน	4,500 วอนค่ะ
แอนดี้	ทั้งหมดเท่าไหร่ครับ
พนักงาน	10,200 วอนค่ะ

บทที่ 1 คุณแอนดี้อยู่ที่ร้านอาหารครับ

การพูด

บทสนทนา 1 คุณแอนดี้อยู่ที่นี่เหรอคะ

มีนา	ขอโทษนะคะ คุณแอนดี้อยู่ที่นี่ไหมคะ
ฮันส์	ไม่ครับ ไม่อยู่ครับ
มีนา	ถ้าอย่างนั้นอยู่ที่ไหนคะ
ฮันส์	อยู่ที่ร้านอาหารครับ

บทสนทนา 2 ไม่ทราบว่าที่ห้องเรียนมีหนังสือของดิฉันไหมคะ

ซูจัน	สวัสดีค่ะ คุณกาเบรียล ตอนนี้อยู่ที่ไหนคะ
กาเบรียล	อยู่ที่ห้องเรียนครับ
ซูจัน	อ๋อ เหรอคะ ไม่ทราบว่าที่ห้องเรียนมีหนังสือของดิฉันไหมคะ
กาเบรียล	มีครับ อยู่บนโต๊ะครับ

บทสนทนา 3 แถวนี้มีตู้เอทีเอ็มไหมครับ

แอนดี้	คุณมีนา แถวนี้มีตู้เอทีเอ็มไหมครับ
มีนา	มีค่ะ อยู่ที่อาคาร C ค่ะ
แอนดี้	อาคาร C อยู่ที่ไหนครับ
มีนา	รู้จักอาคาร K ไหมคะ อยู่หน้าอาคาร K ค่ะ
แอนดี้	ขอบคุณครับ
มีนา	ไม่เป็นไรค่ะ

การอ่านและการพูด บ้านอยู่ที่ควังฮวามุนค่ะ

ดิฉันชื่อวรรณค่ะ
ดิฉันเป็นคนไทยค่ะ
บ้านเกิดอยู่ที่กรุงเทพค่ะ
ดิฉันเป็นนักเรียนค่ะ
วันเกิดวันที่ 19 ตุลาคมค่ะ
เบอร์โทรศัพท์คือ 010-2717-3843 ค่ะ
บ้านอยู่ที่ควังฮวามุนค่ะ

ดิฉันชื่อซาร่าค่ะ
ดิฉันเป็นคนฝรั่งเศสค่ะ
บ้านเกิดอยู่ที่ปารีสค่ะ
ดิฉันเป็นนักเรียนค่ะ ดิฉันชอบภาพยนตร์เกาหลีค่ะ
วันเกิดวันที่ 28 กรกฎาคมค่ะ
เบอร์โทรศัพท์คือ 010-5920-7245 ค่ะ
บ้านอยู่ที่ซินชนค่ะ
อยู่หลังห้างสรรพสินค้าฮุนไดค่ะ

ผมชื่อกาเบรียลครับ
บ้านเกิดอยู่ที่เซาเปาโลครับ
เซาเปาโลอยู่ที่ประเทศบราซิลครับ
ผมเป็นโปรแกรมเมอร์ครับ
วันเกิดวันที่ 30 กันยายนครับ
เบอร์โทรศัพท์คือ 010-9983-2312 ครับ
บ้านอยู่ที่ชัมซิลครับ
หน้าบ้านมีสวนสาธารณะครับ

การฟังและการพูด คาเฟอ่านหนังสืออยู่ที่ไหนคะ

แอนดี้ ฮัลโหล
มีนา สวัสดีค่ะ คุณแอนดี้ มีนาเองค่ะ
แอนดี้ สวัสดีครับ คุณมีนา
มีนา คุณแอนดี้ ตอนนี้อยู่ที่ไหนคะ
แอนดี้ อยู่ที่โรงเรียนครับ อยู่ที่คาเฟอ่านหนังสือครับ
มีนา คาเฟอ่านหนังสืออยู่ที่ไหนคะ
แอนดี้ อยู่ที่อาคาร A ครับ
มีนา ที่อาคาร A มีคาเฟอ่านหนังสือเหรอคะ
แอนดี้ ครับ อยู่ที่ชั้น 3 ครับ ตอนนี้คุณมีนาอยู่ที่ไหนครับ
มีนา ดิฉันอยู่ที่ร้านอาหารหน้าโรงเรียนค่ะ
แอนดี้ อ๋อ ครับ
มีนา จริงสิ คุณแอนดี้ วันที่ 15 เมษายน มีเวลาไหมคะ
แอนดี้ วันที่ 15... เมษายน... ครับ มีครับ ทำไมเหรอครับ
มีนา วันที่ 15 เมษายนเป็นวันเกิดของดิฉันค่ะ

แอนดี้   อ๋อ เหรอครับ
มีนา   ไปรับประทานอาหารกับเพื่อน ๆ ของดิฉันนะคะ
แอนดี้   ครับ ดีครับ

บทที่ 2

ตื่นนอนตอนหกโมงค่ะ

การพูด

บทสนทนา 1 จะไปไหนคะ

ซูจัน   คุณแอนดี้ สวัสดีค่ะ ตอนนี้จะไปไหนคะ
แอนดี้   จะไปโรงยิมครับ คุณซูจันจะไปไหนครับ
ซูจัน   ดิฉันก็จะไปโรงยิมเหมือนกันค่ะ
แอนดี้   อ๋อ เหรอครับ ถ้าอย่างนั้นก็ไปด้วยกันครับ

บทสนทนา 2 วันนี้ตอนบ่ายจะอ่านหนังสือไหมคะ

ฮารุกะ   คุณเหลินผิง วันนี้ตอนบ่ายจะอ่านหนังสือไหมคะ
เหลินผิง   ไม่ครับ
ฮารุกะ   ถ้าอย่างนั้นจะทำอะไรคะ
เหลินผิง   จะไปเมียงดงครับ

บทสนทนา 3 ออกกำลังกายกี่โมงครับ

ยุนโฮ   ปกติคุณฮันส์ตื่นนอนกี่โมงครับ
ฮันส์   ตื่นนอนตอนหกโมง สามสิบนาทีครับ แล้วคุณยุนโฮล่ะครับ
ยุนโฮ   ผมตื่นนอนตอนหกโมงครับ ถ้าอย่างนั้นเข้านอนกี่โมงครับ
ฮันส์   เข้านอนตอนห้าทุ่มครับ

การอ่านและการพูด ที่โซลเป็นเวลาแปดโมงเช้า

ตอนนี้ที่โซล ประเทศเกาหลี เป็นเวลาแปดโมงเช้า
ผู้คนไปทำงานที่บริษัท
บรรดานักเรียนไปโรงเรียน
บนถนนมีรถเยอะ
คุณมีนาอยู่ที่ห้องสมุด
กำลังอ่านหนังสืออยู่
ตอนบ่ายมีสอบ

ตอนนี้ที่ซิดนีย์ ประเทศออสเตรเลีย เป็นเวลาเก้าโมงเช้า
ของคุณแอนดี้อยู่ที่ซิดนีย์
ชื่อเจนี่
ตอนนี้คุณเจนี่อยู่ที่สวนสาธารณะ
กำลังออกกำลังกายอยู่
ตอนเช้าไม่มีเรียน
ตอนบ่ายไปโรงเรียน

ตอนนี้ที่เบอร์ลิน ประเทศเยอรมนี เป็นเวลาเที่ยงคืน
บนถนนไม่มีคน
เงียบสงบ
คุณฮันส์อยู่ในห้อง
ตอนนี้กำลังหลับอยู่
คุณฮันส์ตื่นนอนตอนหกโมง
ตอนเจ็ดโมงมีประชุม

การฟังและการพูด พรุ่งนี้ตอนหกโมงเย็น มีเวลาไหมครับ

แอนดี้	คุณวรรณ พรุ่งนี้ทำอะไรครับ พรุ่งนี้ตอนเย็นมีเวลาไหมครับ ไปรับประทานอาหารด้วยกันนะครับ
วรรณ	พรุ่งนี้ไปสนามบินค่ะ มีเพื่อนมาเกาหลีค่ะ
แอนดี้	ไปสนามบินกี่โมงครับ
วรรณ	ไปสนามบินตอนห้าโมงเย็นค่ะ
แอนดี้	อ๋อ อย่างนั้นเหรอครับ

แอนดี้	คุณซาร่า พรุ่งนี้ตอนหกโมงเย็น มีเวลาไหมครับ
ซาร่า	ทำไมเหรอคะ
แอนดี้	ไปรับประทานอาหารกับเพื่อนของผมนะครับ
ซาร่า	ขอโทษนะคะ พรุ่งนี้ตอนเย็นมีนัดแล้วค่ะ จะไปโรงภาพยนตร์กับคุณเบยาร์ดค่ะ
แอนดี้	อ๋อ เหรอครับ
ซาร่า	ขอโทษนะคะ เอาไว้รับประทานอาหารด้วยกันครั้งหน้านะคะ

แอนดี้	คุณฮันส์...
ฮันส์	ครับ คุณแอนดี้
แอนดี้	พรุ่งนี้ตอนบ่ายไปทำงานที่บริษัทไหมครับ
ฮันส์	ไม่ไปครับ ทำไมเหรอครับ
แอนดี้	ถ้าอย่างนั้น พรุ่งนี้ตอนหกโมงเย็น มีเวลาไหมครับ
ฮันส์	หกโมงเย็น... ครับ มีครับ
แอนดี้	พรุ่งนี้ไปรับประทานอาหารกับเพื่อนของผมนะครับ เป็นนักศึกษามหาวิทยาลัยซอกังครับ
ฮันส์	อย่างนั้นเหรอครับ ดีครับ พรุ่งนี้ไปเจอด้วยกันนะครับ

บทที่ 3 ไปเจอเพื่อนที่ร้านกาแฟค่ะ

การพูด

บทสนทนา 1 วันนี้สอนภาษาญี่ปุ่นไหมครับ

ตวน คุณฮารุกะ วันนี้สอนภาษาญี่ปุ่นไหมครับ
ฮารุกะ ไม่ค่ะ
ตวน ถ้าอย่างนั้นจะทำอะไรครับ
ฮารุกะ จะดูภาพยนตร์ค่ะ

บทสนทนา 2 เรียนทำอาหารเกาหลีที่ไหนครับ

ตวน คุณวรรณ พรุ่งนี้ทำอะไรครับ
วรรณ เรียนทำอาหารเกาหลีค่ะ
ตวน เรียนทำอาหารเกาหลีที่ไหนครับ
วรรณ เรียนทำอาหารเกาหลีที่ชั้นเรียนสอนทำอาหารค่ะ

บทสนทนา 3 วันศุกร์ทำอะไรคะ

ซาร่า คุณกาเบรียล วันศุกร์ทำอะไรคะ
กาเบรียล เล่นฟุตบอลครับ
ซาร่า เล่นฟุตบอลที่ไหนคะ
กาเบรียล เล่นฟุตบอลที่สนามกีฬาของโรงเรียนครับ
วันศุกร์คุณซาร่าทำอะไรครับ
ซาร่า ดิฉันไปเจอเพื่อนค่ะ

การอ่านและการพูด เรียนเทควันโดที่โรงยิม

เหลินผิง

วันจันทร์ผมเรียนเทควันโดที่โรงยิมครับ
วันอังคารรับประทานอาหารกลางวันกับเพื่อนครับ
รับประทานอาหารจีนที่ร้านอาหารครับ
วันศุกร์ดูภาพยนตร์ที่บ้านเพื่อนครับ
วันอาทิตย์เล่นเกมครับ
ผมชอบเล่นเกมมากครับ

เบยาร์ด

วันจันทร์ดิฉันยืมหนังสือจากห้องสมุดค่ะ
วันอังคารดิฉันมีนัดกับเพื่อนค่ะ
วันพุธไปชอปปิงที่ห้างสรรพสินค้าค่ะ
วันศุกร์ทำอาหารที่บ้านค่ะ
ทำพุลโกกีค่ะ
วันอาทิตย์ไปเที่ยวค่ะ
ดิฉันชอบการท่องเที่ยวมากค่ะ

ฮันส์

ตั้งแต่วันจันทร์ถึงวันศุกร์ผมยุ่งมากครับ
ตอนเช้าเรียนหนังสือที่โรงเรียนครับ
และตอนบ่ายทำงานที่บริษัทครับ
เจ็ดโมงเช้าวันพุธตีเทนนิสที่สนามเทนนิสครับ
เย็นวันศุกร์ไปเจอเพื่อนครับ
วันอาทิตย์ไปเดินเขาครับ

การฟังและการพูด ไปโรงภาพยนตร์ด้วยกันค่ะ

ซาร่า	คุณแอนดี้
แอนดี้	ครับ คุณซาร่า
ซาร่า	วันนี้ยุ่งไหมคะ
แอนดี้	ไม่ครับ ทำไมเหรอครับ
ซาร่า	ชอบภาพยนตร์ไหมคะ
แอนดี้	ครับ ชอบครับ
ซาร่า	ถ้าอย่างนั้นไปโรงภาพยนตร์ด้วยกันนะคะ มีตั๋วภาพยนตร์อยู่ค่ะ
แอนดี้	อย่างนั้นเหรอครับ ภาพยนตร์อะไรครับ
ซาร่า	"แฮร์รี่ พอตเตอร์" ค่ะ
แอนดี้	ภาพยนตร์เรื่องนั้นสนุกไหมครับ
ซาร่า	ค่ะ สนุกมากค่ะ
แอนดี้	อย่างนั้นเหรอครับ ดีครับ ไปดูด้วยกันครับ
ซาร่า	ถ้าอย่างนั้นพบกันที่ CGV ยงซัน ตอน 6 โมงนะคะ
แอนดี้	ขอโทษนะครับ ผมไม่รู้จัก CGV ยงซันครับ
ซาร่า	อืม รู้จักสถานียงซันไหมคะ
แอนดี้	ครับ รู้จักครับ
ซาร่า	ถ้าอย่างนั้นเจอกันที่สถานียงซัน ทางออกที่ 1 ค่ะ

62

บทที่ 4

ซื้อโทรศัพท์มือถือเมื่อวานนี้ค่ะ

การพูด

บทสนทนา 1 ซื้อเมื่อไหร่คะ

ซูจัน คุณเหลินผิง ซื้อโทรศัพท์มือถือแล้วเหรอคะ
เหลินผิง ใช่ครับ ซื้อแล้วครับ
ซูจัน ซื้อเมื่อไหร่คะ
เหลินผิง ซื้อเมื่อ 3 วันก่อนครับ

บทสนทนา 2 ทำไมไม่ไปคะ

ซาร่า คุณตวน เมื่อวันจันทร์ไปห้องสมุดหรือเปล่าคะ
ตวน ไม่ครับ ไม่ได้ไปครับ
ซาร่า ทำไมไม่ไปคะ
ตวน เพราะเหนื่อยครับ

บทสนทนา 3 ทำอาหารครับ แล้วก็ทำความสะอาดด้วยครับ

เบยาร์ด คุณกาเบรียล เมื่อวานทำอะไรคะ
กาเบรียล อยู่บ้านครับ
เบยาร์ด ทำอะไรที่บ้านคะ
กาเบรียล ทำอาหารครับ แล้วก็ทำความสะอาดด้วยครับ

การอ่านและการพูด งานเลี้ยงเลิกตอนห้าทุ่ม

สัปดาห์ที่แล้วคุณซูจันย้ายบ้าน เมื่อวานจึงเชิญเพื่อน ๆ มาที่บ้าน

เมื่อวานตอนเช้าคุณซูจันเตรียมจัดงานเลี้ยง ทำความสะอาดบ้าน และไปมาร์ท

ซื้อผลไม้ที่มาร์ท แล้วก็ซื้อน้ำผลไม้ด้วย ทำอาหารตอนบ่ายสาม ทำพุลโกกี

เพื่อน ๆ มาตอนหนึ่งทุ่ม ทุกคนรับประทานอาหารเย็นร่วมกันอย่างเอร็ดอร่อย และพูดคุยกันหลายเรื่อง การรับประทานอาหารมื้อเย็นเสร็จสิ้นลงเวลาประมาณสามทุ่ม จากนั้นก็ร้องเพลงกัน ฟังเพลง แล้วก็เต้นด้วย งานเลี้ยงสนุกมาก ๆ

คุณตวนพูดว่า "คุณซูจัน บ้านน่าอยู่มากครับ"

คุณวรรณพูดว่า "อาหารอร่อยมากค่ะ"

"ขอบคุณค่ะ" คุณซูจันกล่าว

งานเลี้ยงเลิกตอนห้าทุ่ม คุณซูจันเหนื่อย แต่ก็อารมณ์ดีมาก

การฟังและการพูด ทำอะไรที่บ้านของคุณซูจันบ้างคะ

ฮารุกะ คุณกาเบรียล เมื่อวานไปบ้านคุณซูจันมาหรือเปล่าคะ

กาเบรียล ครับ ไปมาครับ สนุกมากเลยครับ
ฮารุกะ อย่างนั้นเหรอคะ ทำอะไรที่บ้านของคุณซูจันบ้างคะ
กาเบรียล พูดคุยหลายเรื่องเลยครับ แล้วก็ฟังเพลงด้วย
ฮารุกะ ว้าว กินอาหารเย็นด้วยหรือเปล่าคะ
กาเบรียล ครับ คุณซูจันทำอาหารเกาหลีครับ แล้วทุกคนก็กินอาหารเกาหลีด้วยกันครับ
ฮารุกะ กลับบ้านกี่โมงคะ
กาเบรียล งานเลี้ยงเลิกตอนห้าทุ่มครับ ก็เลยกลับบ้านตอนห้าทุ่มครึ่งครับ
ฮารุกะ ห้าทุ่มครึ่งเหรอคะ
กาเบรียล ใช่ครับ ว่าแต่ทำไมเมื่อวานคุณฮารุกะไม่มางานเลี้ยงครับ
ฮารุกะ เมื่อวานยุ่งค่ะ
กาเบรียล มีสอนวิชาภาษาญี่ปุ่นเหรอครับ
ฮารุกะ ใช่ค่ะ สอนภาษาญี่ปุ่นค่ะ
กาเบรียล อ๋อ อย่างนั้นเหรอครับ พวกเพื่อน ๆ พากันรอคุณฮารุกะครับ
ฮารุกะ ขอโทษค่ะ เสร็จงานตอนสามทุ่มค่ะ
กาเบรียล ไม่เป็นไรครับ ไว้คราวหน้ารับประทานอาหารกับเพื่อน ๆ กันนะครับ
ฮารุกะ ได้ค่ะ

บทที่ 5 กรุณานั่งรถไฟฟ้าใต้ดินสาย 2 ครับ

การพูด

บทสนทนา 1 ไปเมียงดงอย่างไรครับ

แอนดี้ คุณมีนา ไปเมียงดงอย่างไรครับ
มีนา กรุณาขึ้นรถเมล์สาย 604 ตรงโน้นค่ะ
แอนดี้ ใช้เวลาเท่าไหร่จึงจะถึงเมียงดงครับ
มีนา ใช้เวลาประมาณ 30 นาทีค่ะ
แอนดี้ ขอบคุณครับ

บทสนทนา 2 กรุณานั่งรถไฟฟ้าใต้ดินสาย 2 ครับ

วรรณ ขอโทษนะคะ ไปอินซาดงอย่างไรคะ
พนักงาน กรุณานั่งรถไฟฟ้าใต้ดินสาย 2 ครับ แล้วก็เปลี่ยนไปเป็นสาย 3 ที่สถานีอึลจีโร 3 กาครับ
วรรณ ลงที่ไหนคะ
พนักงาน ลงที่สถานีอันกุกครับ
วรรณ ขอบคุณค่ะ

บทสนทนา 3 กรุณาไปโดย KTX ครับ

แอนดี้ คุณเบยาร์ด ตอนปิดเทอมอยากไปปูซานครับ ไปปูซานอย่างไรครับ
เบยาร์ด กรุณาไปโดย KTX ค่ะ
แอนดี้ ใช้เวลาเท่าไหร่จึงจะถึงปูซานครับ

เบยาร์ด ถ้าไปโดย KTX จะใช้เวลาประมาณ 3 ชั่วโมงค่ะ
แอนดี้ อ๋อ อย่างนั้นเหรอครับ ขอบคุณครับ

การอ่านและการพูด ไปโรงเรียนด้วยรถไฟฟ้าใต้ดิน

คุณแอนดี้เริ่มไปโรงเรียนตั้งแต่เดือนที่แล้ว ชั้นเรียนเริ่มเวลาเก้าโมงเช้า แต่บ้านของคุณแอนดี้ไกลจากโรงเรียน

เพราะฉะนั้นวันแรกคุณแอนดี้ไปโรงเรียนด้วยรถเมล์ เพราะป้ายรถเมล์อยู่ใกล้บ้าน แต่รถติดมาก ใช้เวลาเดินทาง 50 นาทีจากบ้านไปถึงโรงเรียน คุณแอนดี้จึงไปเรียนสาย

วันต่อมาคุณแอนดี้นั่งรถไฟฟ้าใต้ดิน สถานีรถไฟฟ้าใต้ดินค่อนข้างไกลจากบ้าน ต้องเดินเยอะกว่าจะถึงสถานีรถไฟฟ้าใต้ดิน แต่รถไฟฟ้าใต้ดินเร็วมาก ใช้เวลาประมาณ 25 นาที คุณแอนดี้จึงไปถึงโรงเรียนเร็ว

ช่วงนี้คุณแอนดี้ไปโรงเรียนด้วยรถไฟฟ้าใต้ดิน ตอนนี้จึงไม่ไปโรงเรียนสายแล้ว

การฟังและการพูด กรุณานั่งรถเมล์สาย 273 ค่ะ

แอนดี้ คุณมีนา รู้จักที่นี่ไหมครับ ที่นี่คือที่ไหนครับ
มีนา อ๋อ ที่นี่เหรอคะ อินซาดงค่ะ
แอนดี้ ที่นี่คืออินซาดงเหรอครับ ได้ยินมาจากเพื่อน ๆ เยอะมากครับ
มีนา อ๋อ อย่างนั้นเหรอคะ ดิฉันเองก็ไปอินซาดงบ่อยค่ะ
แอนดี้ จริงเหรอครับ ผมเองก็อยากไปอินซาดงครับ ว่าแต่ไปอินซาดงอย่างไรครับ
มีนา กรุณานั่งรถเมล์สาย 273 ที่ชินชนค่ะ ถ้าไปทางรถเมล์ จะใช้เวลาประมาณ 40 นาทีค่ะ
แอนดี้ ว้า ใช้เวลานานจังครับ
มีนา อย่างนั้นเหรอคะ ถ้าอย่างนั้นกรุณาไปโดยรถไฟฟ้าใต้ดินค่ะ
แอนดี้ ไปโดยรถไฟฟ้าใต้ดินไปอย่างไรครับ
มีนา กรุณาขึ้นรถไฟฟ้าใต้ดินสาย 2 ที่สถานีชินชนค่ะ แล้วก็เปลี่ยนไปเป็นสาย 3 ที่สถานีอึลจีโร 3 กาค่ะ
แอนดี้ ลงที่ไหนครับ
มีนา กรุณาลงที่สถานีอันกุกค่ะ
แอนดี้ รถไฟฟ้าใต้ดินใช้เวลาเท่าไหร่ครับ
มีนา ใช้เวลาประมาณ 25 นาทีค่ะ
แอนดี้ ว้าว รถไฟฟ้าใต้ดินเร็วจังครับ ว่าแต่คุณมีนาครับ ไม่ทราบว่าสุดสัปดาห์มีเวลาไหมครับ อยากไปอินซาดงกับคุณมีนาครับ
มีนา ขอโทษนะคะ คุณแอนดี้ สุดสัปดาห์นี้มีนัดแล้วค่ะ สัปดาห์หน้าดีไหมคะ
แอนดี้ ดีครับ ถ้าอย่างนั้นสัปดาห์หน้าไปด้วยกันนะครับ

บทที่ 6

พรุ่งนี้จะไปเดินเขาครับ

การพูด

บทสนทนา 1 ไปเดินเล่นค่ะ

ซาร่า คุณแอนดี้ ไปไหนคะ
แอนดี้ ไปสวนสาธารณะครับ
ซาร่า ไปเดินเล่นเหรอคะ
แอนดี้ ไม่ใช่ครับ ไปปั่นจักรยานครับ

บทสนทนา 2 จะไปภูเขาพุกฮันซัน หรือไม่ก็ภูเขาควันอักซันครับ

วรรณ วันเสาร์นี้จะทำอะไรคะ
ฮันส์ จะไปเดินเขาครับ
วรรณ จะไปที่ไหนคะ
ฮันส์ จะไปภูเขาพุกฮันซัน หรือไม่ก็ภูเขาควันอักซันครับ

บทสนทนา 3 วันหยุดพักร้อน จะทำอะไรครับ

กาเบรียล วันหยุดพักร้อนเมื่อไหร่ครับ
ซูจัน ตั้งแต่วันศุกร์นี้ จนถึงวันอังคารหน้าค่ะ
กาเบรียล วันหยุดพักร้อน จะทำอะไรครับ
ซูจัน จะไปปูซานค่ะ
กาเบรียล จะทำอะไรที่ปูซานครับ
ซูจัน จะไปหาดแฮอุนแดค่ะ

การอ่านและการพูด มาเรียนภาษาเกาหลีที่ประเทศเกาหลีค่ะ

ดิฉันชอบภาพยนตร์เกาหลีมากค่ะ เพราะฉะนั้น เดือนที่แล้วดิฉันจึงมาเรียนภาษาเกาหลีที่ประเทศเกาหลีค่ะ เรียนภาษาเกาหลีในช่วงเช้า และทำงานพิเศษในช่วงบ่ายค่ะ

ดิฉันได้พบเพื่อนใหม่ที่ประเทศเกาหลีมากมายค่ะ ดิฉันพูดคุยกับเพื่อน ๆ เป็นภาษาเกาหลีค่ะ เพราะฉะนั้น วิชาภาษาเกาหลีจึงสนุกมากค่ะ หลังเลิกเรียน ดิฉันไปทานอาหารกลางวันกับเพื่อน ๆ ร่วมชั้นที่ร้านอาหารค่ะ พวกเรารับประทานอาหารที่โรงอาหาร หรือไม่ก็ร้านอาหารใกล้ ๆ โรงเรียนค่ะ แล้วก็ไปนอนกลางวันที่บ้านค่ะ

ในระหว่างสัปดาห์ ดิฉันไปทำงานพิเศษที่ร้านกาแฟในช่วงเย็นค่ะ ดิฉันเริ่มทำงานพิเศษที่ร้านกาแฟตั้งแต่ 2 สัปดาห์ที่แล้วค่ะ หากเดินจากบ้านไปยังร้านกาแฟ จะใช้เวลาประมาณ 15 นาทีค่ะ หน้าร้านกาแฟมีสวนสาธารณะค่ะ ที่สวนสาธารณะมีคนเยอะค่ะ ที่ร้านกาแฟจึงมีลูกค้าเยอะค่ะ ยุ่งมาก ๆ เลยค่ะ

ปกติแล้วในวันหยุดสุดสัปดาห์ ดิฉันจะดูภาพยนตร์ที่บ้านค่ะ แต่สุดสัปดาห์นี้ จะไปพบเพื่อนร่วมชั้นค่ะ จะเรียนภาษาเกาหลีกับเพื่อนค่ะ เพราะว่าสัปดาห์หน้ามีสอบค่ะ

การฟังและการพูด จะไปเที่ยวยุโรปค่ะ

แอนดี้ คุณมีนา ปิดเทอมครั้งนี้ จะทำอะไรครับ
มีนา จะไปเที่ยวยุโรปค่ะ
แอนดี้ จะไปเที่ยวคนเดียวเหรอครับ
มีนา ใช่ค่ะ แต่มีเพื่อนอยู่ที่ปารีส ประเทศฝรั่งเศสค่ะ
จึงจะอยู่ที่บ้านของเพื่อนค่ะ
แอนดี้ มีเพื่อนอยู่ที่ปารีสเหรอครับ
มีนา ใช่ค่ะ ปีที่แล้วไปเรียนที่ปารีสมาค่ะ
แอนดี้ อ๋อ อย่างนั้นเหรอครับ จะทำอะไรที่ปารีสครับ
มีนา จะไปพิพิธภัณฑ์ค่ะ
แอนดี้ พิพิธภัณฑ์เหรอครับ แล้วจะทำอะไรอีกครับ
มีนา จะชอปปิงค่ะ แล้วก็จะกินอาหารฝรั่งเศสเยอะ ๆ เลยค่ะ
แอนดี้ จะอยู่แค่ที่ปารีสเหรอครับ
มีนา ไม่ใช่ค่ะ จะไปอิตาลีด้วยค่ะ
แอนดี้ จะไปที่ไหนในอิตาลีเหรอครับ
มีนา จะไปโรมหรือไม่ก็เวนิสค่ะ จะถ่ายรูปที่อิตาลีเยอะ ๆ เลยค่ะ
แอนดี้ ถ้าอย่างนั้น ทีหลังขอดูรูปด้วยนะครับ
มีนา ค่ะ ได้ค่ะ
แอนดี้ ขอให้เที่ยวให้สนุกนะครับ
มีนา ขอบคุณค่ะ

ดัชนีคำศัพท์และสำนวน
(เรียงตามลำดับตัวอักษร)

● คำนาม   ■ คำกริยา   ▲ คำคุณศัพท์   ◆ อื่น ๆ   □ สำนวน

0 공	◆ 0 ศูนย์	1A 준비 3과	말하기
010-4948-1287이에요.	□ 010-4948-1287 ค่ะ	1A 준비 3과	말하기
1 일	◆ 1 หนึ่ง	1A 준비 3과	말하기
10 십	◆ 10 สิบ	1A 준비 3과	말하기
100 백	◆ 100 หนึ่งร้อย	1A 준비 3과	말하기
10월 시월	● ตุลาคม	1A 준비 3과	말하기
11월 십일월	● พฤศจิกายน	1A 준비 3과	말하기
12월 십이월	● ธันวาคม	1A 준비 3과	말하기
1번 출구	◆ ทางออกที่ 1	1A 3과	듣고 말하기
1월 일월	● มกราคม	1A 준비 3과	말하기
1층	◆ ชั้น 1	1A 1과	말하기
2 이	◆ 2 สอง	1A 준비 3과	말하기
20 이십	◆ 20 ยี่สิบ	1A 준비 3과	말하기
23쪽	◆ หน้า 23	1A 5과	말하기
2월 이월	● กุมภาพันธ์	1A 준비 3과	말하기
2일 전	◆ สองวันก่อน	1A 4과	말하기
2일 후	◆ อีกสองวัน	1A 6과	말하기
2호선	◆ สาย 2	1A 5과	말하기
3 삼	◆ 3 สาม	1A 준비 3과	말하기
30 삼십	◆ 30 สามสิบ	1A 준비 3과	말하기
30분쯤	◆ ประมาณ 30 นาที	1A 5과	말하기
3월 삼월	● มีนาคม	1A 준비 3과	말하기
4 사	◆ 4 สี่	1A 준비 3과	말하기
40 사십	◆ 40 สี่สิบ	1A 준비 3과	말하기
4월 사월	● เมษายน	1A 준비 3과	말하기
5 오	◆ 5 ห้า	1A 준비 3과	말하기
50 오십	◆ 50 ห้าสิบ	1A 준비 3과	말하기
5월 오월	● พฤษภาคม	1A 준비 3과	말하기
6 육	◆ 6 หก	1A 준비 3과	말하기
60 육십	◆ 60 หกสิบ	1A 준비 3과	말하기
6월 유월	● มิถุนายน	1A 준비 3과	말하기

7 칠	◆ 7 เจ็ด	1A 준비 3과	말하기
70 칠십	◆ 70 เจ็ดสิบ	1A 준비 3과	말하기
7월 15일이에요.	□ วันที่ 15 กรกฎาคมค่ะ	1A 준비 3과	말하기
7월 칠월	● กรกฎาคม	1A 준비 3과	말하기
8 팔	◆ 8 แปด	1A 준비 3과	말하기
80 팔십	◆ 80 แปดสิบ	1A 준비 3과	말하기
8월 팔월	● สิงหาคม	1A 준비 3과	말하기
9 구	◆ 9 เก้า	1A 준비 3과	말하기
90 구십	◆ 90 เก้าสิบ	1A 준비 3과	말하기
9월 구월	● กันยายน	1A 준비 3과	말하기
ITX	● ITX	1A 5과	말하기
KTX	● KTX	1A 5과	말하기

ㄱ

가깝다	▲ ใกล้	1A 5과	읽고 말하기
가방	● กระเป๋า	1A 준비 2과	말하기
가브리엘 씨예요.	□ ท่านนี้คือคุณกาเบรียลครับ	1A 준비 1과	말하기
가수	● นักร้อง	1A 준비 1과	말하기
가요.	□ ไป	1A 2과	말하기
가위	● กรรไกร	1A 준비 2과	말하기
가이드	● ไกด์	1A 준비 1과	말하기
간호사	● พยาบาล	1A 준비 1과	말하기
갈아타다	■ เปลี่ยนสายรถ	1A 5과	말하기
감사합니다.	□ ขอบคุณครับ	1A 1과	말하기
강아지	● ลูกหมา	1A 1과	말하기
같이 식사해요.	□ รับประทานอาหารด้วยกันนะคะ	1A 1과	듣고 말하기
거울	● กระจก	1A 준비 2과	듣고 말하기
걷다	■ เดิน	1A 5과	읽고 말하기
걸어서	◆ เดิน	1A 5과	말하기

게임하다 - 게임해요	■	เล่นเกม	1A 2과	말하기
경찰	●	ตำรวจ	1A 준비 1과	말하기
고마워요.	□	ขอบคุณค่ะ	1A 준비 2과	말하기
고속버스	●	รถประจำทางด่วนพิเศษ	1A 5과	말하기
고양이	●	แมว	1A 1과	말하기
고향	●	บ้านเกิด	1A 1과	읽고 말하기
공부	●	การเรียน	1A 준비 1과	읽고 말하기
공부하다 - 공부해요	■	เรียนหนังสือ	1A 2과	말하기
공원	●	สวนสาธารณะ	1A 1과	읽고 말하기
공책	●	สมุด	1A 준비 2과	말하기
공항	●	สนามบิน	1A 2과	말하기
공항에서 집까지	◆	จากสนามบินถึงบ้าน	1A 5과	말하기
과일	●	ผลไม้	1A 4과	읽고 말하기
교실	●	ห้องเรียน	1A 1과	말하기
교실이 조용해요.	□	ห้องเรียนเงียบ	1A 4과	말하기
교통카드	●	บัตรโดยสาร	1A 준비 3과	말하기
구경하다	■	เที่ยวชม	1A 6과	말하기
군인	●	ทหาร	1A 준비 1과	말하기
그 영화	◆	ภาพยนตร์เรื่องนั้น	1A 3과	듣고 말하기
그다음에	◆	จากนั้น	1A 4과	읽고 말하기
그래서	◆	เพราะฉะนั้น ดังนั้น จึง	1A 4과	읽고 말하기
그런데	◆	แต่	1A 4과	듣고 말하기
그럼	◆	ถ้าอย่างนั้น	1A 준비 2과	말하기
그리고	◆	และ	1A 4과	읽고 말하기
그리고 또	□	แล้วก็...อีก	1A 6과	듣고 말하기
금요일	●	วันศุกร์	1A 3과	읽고 말하기
금요일까지	◆	ถึงวันศุกร์	1A 3과	읽고 말하기
기다리다	■	รอ	1A 4과	듣고 말하기
기분이 좋다	◆	อารมณ์ดี	1A 4과	읽고 말하기
기차	●	รถไฟ	1A 5과	말하기
길	●	ถนน ทาง	1A 2과	읽고 말하기

길이 막히다	◆	รถติด	1A 5과	읽고 말하기
김밥	●	คิมบับ	1A 3과	말하기
김치찌개	●	กิมจิจีแก	1A 준비 4과	말하기
끝나다	■	เสร็จ เลิก	1A 4과	읽고 말하기

ㄴ

나중에	◆	ทีหลัง	1A 6과	듣고 말하기
날씨가 좋아요.	□	อากาศดี	1A 4과	말하기
낮잠을 자다	◆	นอนกลางวัน	1A 6과	읽고 말하기
내년	●	ปีหน้า	1A 6과	말하기
내리다	■	ลง	1A 5과	말하기
내일	●	พรุ่งนี้	1A 2과 1A 6과	듣고 말하기 말하기
내일 같이 만나요.	□	พรุ่งนี้ไปเจอด้วยกันนะครับ	1A 2과	듣고 말하기
냉면	●	บะหมี่เย็น	1A 준비 4과	말하기
네 개	◆	สี่อัน	1A 준비 4과	말하기
네, 맞아요.	□	ใช่ค่ะ ถูกต้องค่ะ	1A 준비 3과	말하기
네, 알아요.	□	ค่ะ ทราบค่ะ	1A 준비 3과	말하기
넷	◆	สี่	1A 준비 4과	말하기
노래하다	■	ร้องเพลง	1A 4과	읽고 말하기
노트북	●	โน้ตบุ๊ก	1A 준비 2과	말하기
녹차	●	ชาเขียว	1A 준비 4과	말하기
누구 거예요?	□	ของใครครับ	1A 준비 2과	말하기
늦다	▲	สาย	1A 5과	읽고 말하기

ㄷ

다 같이	◆	ร่วมกัน	1A 4과	읽고 말하기
다니다	■	ไปและกลับเป็นประจำ	1A 5과	읽고 말하기

다리가 아프다	◆ ปวดขา	1A 4과	말하기
다리미질(을) 하다	◆ รีดผ้า	1A 4과	말하기
다섯	◆ ห้า	1A 준비 4과	말하기
다음 날	◆ วันต่อมา	1A 5과	읽고 말하기
다음 달	◆ เดือนหน้า	1A 6과	말하기
다음 주	◆ สัปดาห์หน้า	1A 6과	말하기
다음 주 어때요?	□ สัปดาห์หน้าดีไหมคะ	1A 5과	듣고 말하기
다음에	◆ ครั้งหน้า	1A 2과	듣고 말하기
달력	● ปฏิทิน	1A 준비 2과	말하기
대사관	● สถานเอกอัครราชทูต	1A 1과	말하기
댄스 교실	◆ ชั้นเรียนเต้น	1A 3과	말하기
도서관	● ห้องสมุด	1A 1과	말하기
도착하다	■ ถึง	1A 5과	읽고 말하기
독일	● ประเทศเยอรมนี	1A 준비 1과	말하기
된장찌개	● ทเวนจังจีแก	1A 준비 4과	말하기
두 개	◆ สองอัน	1A 준비 4과	말하기
둘	◆ สอง	1A 준비 4과	말하기
뒤	● หลัง	1A 1과	말하기
드라마	● ละคร	1A 준비 1과	읽고 말하기
등산하다	■ เดินเขา	1A 3과	읽고 말하기

ㄹ

라면	● บะหมี่กึ่งสำเร็จรูป	1A 준비 4과	듣고 말하기
레모네이드	● น้ำมะนาว	1A 준비 4과	말하기
레몬차	● ชามะนาว	1A 준비 4과	말하기
로마	● โรม	1A 6과	듣고 말하기

ㅁ

마트	● มาร์ท	1A 4과	읽고 말하기

만 구천팔백 원이에요.	□	หนึ่งหมื่นเก้าพันแปดร้อยวอนค่ะ	1A 준비 4과	말하기
만 원	●	หมื่นวอน	1A 준비 4과	말하기
만나서 반갑습니다.	□	ยินดีที่ได้รู้จักค่ะ	1A 준비 1과	읽고 말하기
만들다	■	ทำ	1A 3과	읽고 말하기
많이	◆	มาก หลาย	1A 4과	읽고 말하기
말하다	■	พูด	1A 4과	읽고 말하기
맛있게	◆	อย่างเอร็ดอร่อย	1A 4과	읽고 말하기
맛있어요.	□	อร่อย	1A 4과	읽고 말하기
맞아요?	□	ใช่ไหมครับ	1A 준비 3과	말하기
매일	◆	ทุกวัน	1A 4과	말하기
맥주	●	เบียร์	1A 준비 4과	듣고 말하기
머리를 자르다	◆	ตัดผม	1A 6과	말하기
멀다	▲	ไกล	1A 5과	읽고 말하기
몇 개 있어요?	□	มีกี่อันครับ	1A 준비 4과	말하기
몇 명	◆	กี่คน	1A 1과	말하기
몇 시예요?	□	กี่โมงคะ	1A 2과	말하기
모두 얼마예요?	□	ทั้งหมดเท่าไหร่ครับ	1A 준비 4과	듣고 말하기
모자	●	หมวก	1A 1과	말하기
목요일	●	วันพฤหัสบดี	1A 3과	읽고 말하기
몰라요.	◆	ไม่รู้จัก	1A 3과	듣고 말하기
몽골	●	ประเทศมองโกเลีย	1A 준비 1과	말하기
무슨 영화예요?	□	ภาพยนตร์อะไร	1A 3과	듣고 말하기
무슨 일을 하세요?	□	ทำงานอะไรคะ	1A 준비 1과	말하기
문	●	ประตู	1A 1과	말하기
문장을 만들다	◆	แต่งประโยค	1A 5과	말하기
물	●	น้ำ	1A 준비 4과	말하기
물 좀 주세요.	□	ขอน้ำค่ะ	1A 준비 4과	말하기
미국	●	สหรัฐอเมริกา	1A 준비 1과	말하기
미국 사람이에요.	□	เป็นคนอเมริกันครับ	1A 준비 1과	말하기
미안해요.	□	ขอโทษนะคะ	1A 2과	듣고 말하기

바나나	●	กล้วย	1A 준비 4과	듣고 말하기
바빠요.	□	ยุ่ง	1A 3과	읽고 말하기
바쁘다	▲	ยุ่ง	1A 4과	말하기
박물관	●	พิพิธภัณฑ์	1A 6과	듣고 말하기
밖	●	นอก	1A 1과	말하기
반 친구들	◆	พวกเพื่อนร่วมห้อง	1A 6과	읽고 말하기
반갑습니다.	□	ยินดีค่ะ	1A 준비 1과	말하기
밤	●	กลางคืน	1A 2과	읽고 말하기
밥을 먹다 - 먹어요	◆	กิน (ข้าว)	1A 3과	말하기
방	●	ห้อง	1A 2과	읽고 말하기
방학 때	◆	ตอนปิดเทอม	1A 5과	말하기
배우	●	นักแสดง	1A 준비 1과	말하기
백 원	●	ร้อยวอน	1A 준비 4과	말하기
백화점	●	ห้างสรรพสินค้า	1A 1과	읽고 말하기
버스	●	รถเมล์	1A 5과	말하기
베네치아	●	เวนิส	1A 6과	듣고 말하기
베를린	●	เบอร์ลิน	1A 2과	읽고 말하기
베트남	●	ประเทศเวียดนาม	1A 준비 1과	말하기
병원	●	โรงพยาบาล	1A 2과	말하기
보통	◆	ปกติแล้ว	1A 2과	말하기
볼펜	●	ปากกาลูกลื่น	1A 준비 2과	말하기
분	●	นาที	1A 2과	말하기
불고기	●	พุลโกกี	1A 3과	읽고 말하기
브라질	●	ประเทศบราซิล	1A 준비 1과	말하기
비누	●	สบู่	1A 준비 2과	듣고 말하기
비빔밥	●	พิบิมบับ	1A 준비 4과	말하기
비자를 받다 - 받아요	◆	ได้รับ (วีซา)	1A 3과	말하기
비행기	●	เครื่องบิน	1A 5과	말하기
빌딩	●	อาคาร	1A 1과	말하기

빠르다	▲	เร็ว	1A 5과	읽고 말하기
빨대	●	หลอด	1A 준비 4과	말하기
빨래(를) 하다	◆	ซักผ้า	1A 4과	말하기

ㅅ

사과	●	แอปเปิล	1A 준비 4과	듣고 말하기
사라 씨 거예요.	□	ของคุณซาร่าค่ะ	1A 준비 2과	듣고 말하기
사람들	◆	ผู้คน	1A 2과	읽고 말하기
사진을 보여 주세요.	◆	ขอดูรูปด้วยนะครับ	1A 6과	듣고 말하기
사진을 찍다	◆	ถ่ายรูป	1A 6과	말하기
산책하다	■	เดินเล่น	1A 3과	말하기
삼계탕	●	ไก่ตุ๋นโสม	1A 준비 4과	말하기
상파울루	●	เซาเปาโล	1A 1과	읽고 말하기
새 친구들	◆	พวกเพื่อนใหม่	1A 6과	읽고 말하기
생일	●	วันเกิด	1A 준비 3과	말하기
생일이 며칠이에요?	□	วันเกิดวันที่เท่าไหร่ครับ	1A 준비 3과	말하기
샤워하다 - 샤워해요	■	อาบน้ำ	1A 2과	말하기
샤프	●	ดินสอกด	1A 준비 2과	말하기
서점	●	ร้านหนังสือ	1A 1과	말하기
서핑을 하다	◆	เล่นเซิร์ฟ โต้คลื่น	1A 6과	말하기
선글라스	●	แว่นกันแดด	1A 준비 3과	말하기
선물	●	ของขวัญ	1A 5과	말하기
선생님	●	ครู	1A 준비 1과	말하기
설거지(를) 하다	◆	ล้างจาน	1A 4과	말하기
세 개	◆	สามอัน	1A 준비 4과	말하기
세수하다 - 세수해요	■	ล้างหน้า	1A 2과	말하기
세 시간	◆	สามชั่วโมง	1A 5과	말하기
셋	◆	สาม	1A 준비 4과	말하기
손님	●	แขก ลูกค้า	1A 6과	읽고 말하기
쇼핑몰	●	ชอปปิงมอลล์	1A 6과	말하기

쇼핑하다 - 쇼핑해요	■	ชอปปิ้ง	1A 2과	말하기
수건	●	ผ้าขนหนู	1A 준비 2과	듣고 말하기
수업	●	ชั้นเรียน	1A 2과	읽고 말하기
수업 후	□	หลังเลิกเรียน	1A 4과	말하기
수영	●	การว่ายน้ำ	1A 4과	말하기
수요일	●	วันพุธ	1A 3과	읽고 말하기
수정 테이프	●	เทปลบคำผิด	1A 준비 2과	말하기
숙제하다 - 숙제해요	■	ทำการบ้าน	1A 2과	말하기
숟가락	●	ช้อน	1A 준비 2과	듣고 말하기
쉬다	■	พัก	1A 5과	말하기
스터디 카페	●	คาเฟอ่านหนังสือ	1A 1과	듣고 말하기
시	●	โมง	1A 2과	말하기
시간이 없다	◆	ไม่มีเวลา	1A 4과	말하기
시간이 있어요?	□	มีเวลาไหมคะ	1A 1과	듣고 말하기
시계	●	นาฬิกา	1A 준비 2과	말하기
시드니	●	ซิดนีย์	1A 2과	읽고 말하기
시작하다	■	เริ่มต้น	1A 5과	읽고 말하기
시티투어버스를 타다	◆	นั่งรถทัวร์รอบเมือง	1A 6과	말하기
시험	●	การสอบ	1A 2과	읽고 말하기
식당	●	ร้านอาหาร	1A 1과	말하기
식사하다 - 식사해요	■	รับประทานอาหาร	1A 2과	말하기
실례합니다.	□	ขอโทษนะคะ	1A 1과	말하기
싫어해요.	□	ไม่ชอบ	1A 3과	말하기
십 원	●	สิบวอน	1A 준비 4과	말하기
쓰레기통	●	ถังขยะ	1A 1과	말하기

ㅇ

아, 그래요?	□	อ๋อ เหรอคะ	1A 준비 1과	말하기
아니에요.	□	ไม่เป็นไรค่ะ	1A 준비 2, 1과	말하기
아래	●	ล่าง	1A 1과	말하기

아르바이트를 하다	◆	ทำงานพิเศษ	1A 6과	읽고 말하기
아메리카노	●	อเมริกาโน	1A 준비 4과	말하기
아이스티	●	ไอซ์ที	1A 준비 4과	말하기
아주	◆	มาก	1A 3과	읽고 말하기
아침 식사해요.	□	รับประทานอาหารเช้า	1A 2과	말하기
아홉	◆	เก้า	1A 준비 4과	말하기
아홉 시쯤	□	ประมาณ 9 นาฬิกา	1A4과	읽고 말하기
안	●	ใน	1A 1과	말하기
안경	●	แว่นตา	1A 준비 3과	말하기
안녕하세요?	□	สวัสดีค่ะ	1A 준비 1과	말하기
알아요?	□	ทราบไหมครับ	1A 준비 3과	말하기
앞	●	หน้า	1A 1과	말하기
약속이 있어요.	□	มีนัดแล้วค่ะ	1A 2과	듣고 말하기
어느 나라 사람이에요?	□	คุณเป็นคนประเทศไหนคะ	1A 준비 1과	말하기
어떻게 가요?	□	ไปอย่างไรครับ	1A 5과	말하기
어서 오세요.	□	เชิญค่ะ	1A 준비 4과	듣고 말하기
어제	●	เมื่อวาน	1A 4과	말하기
언제	◆	เมื่อไหร่	1A 4과	말하기
얼마나 걸려요?	□	ใช้เวลาเท่าไหร่ครับ	1A 5과	말하기
얼마예요?	□	เท่าไหร่ครับ	1A 준비 4과	말하기
에어컨	●	เครื่องปรับอากาศ	1A 준비 2과	말하기
여권	●	หนังสือเดินทาง	1A 준비 3과	말하기
여기 있어요.	□	อยู่นี่ครับ	1A 준비 2과	말하기
여기가 어디예요?	□	ที่นี่คือที่ไหนคะ	1A 1과	말하기
여기요.	□	ขอโทษนะครับ (ใช้สำหรับเรียก)	1A 준비 4과	말하기
여덟	◆	แปด	1A 준비 4과	말하기
여보세요.	□	สวัสดีค่ะ (สนทนาทางโทรศัพท์)	1A 1과	말하기
여섯	◆	หก	1A 준비 4과	말하기
여행 잘 다녀오세요.	◆	ขอให้เที่ยวให้สนุกนะครับ	1A 6과	듣고 말하기

여행하다	■	ท่องเที่ยว	1A 3과	읽고 말하기
연필	●	ดินสอ	1A 준비 2과	말하기
열	◆	สิบ	1A 준비 4과	말하기
영어	●	ภาษาอังกฤษ	1A 6과	말하기
영어를 가르치다 – 가르쳐요	◆	สอน (ภาษาอังกฤษ)	1A 3과	말하기
영화관	●	โรงภาพยนตร์	1A 1과	말하기
영화를 보다 – 봐요	◆	ดู (ภาพยนตร์)	1A 3과	말하기
영화표	●	ตั๋วภาพยนตร์	1A 3과	듣고 말하기
옆	●	ข้าง	1A 1과	말하기
오늘	●	วันนี้	1A 1, 4과	말하기
오렌지 주스	●	น้ำส้ม	1A 준비 4과	말하기
오른쪽	●	ด้านขวา	1A 1과	말하기
오만 원	●	ห้าหมื่นวอน	1A 준비 4과	말하기
오백 원	●	ห้าร้อยวอน	1A 준비 4과	말하기
오십 원	●	ห้าสิบวอน	1A 준비 4과	말하기
오전	●	ก่อนเที่ยง	1A 2과	말하기
오천 원	●	ห้าพันวอน	1A 준비 4과	말하기
오토바이	●	รถมอเตอร์ไซค์	1A 5과	말하기
오후	●	หลังเที่ยง	1A 2과	말하기
올해	●	ปีนี้	1A 4과	말하기
옷을 바꾸다	◆	เปลี่ยนเสื้อผ้า	1A 6과	말하기
옷을 사다 – 사요	◆	ซื้อ (เสื้อผ้า)	1A 3과	말하기
와!	□	ว้าว	1A 5과	듣고 말하기
와요.	□	มา	1A 2과	말하기
왜	◆	ทำไม	1A 4과	말하기
왜냐하면	◆	เพราะ	1A 5과	읽고 말하기
왜요?	□	ทำไมเหรอครับ	1A 1과	듣고 말하기
왼쪽	●	ด้านซ้าย	1A 1과	말하기
요가	●	โยคะ	1A 3과	말하기
요가를 하다	◆	เล่นโยคะ	1A 3과	말하기

요리 교실	◆	ชั้นเรียนสอนทำอาหาร	1A 3과	말하기
요리(를) 하다	◆	ทำอาหาร	1A 4과	말하기
요리사	●	คนทำอาหาร	1A 준비 1과	말하기
요리하다 – 요리해요	■	ทำอาหาร	1A 2과	말하기
요즘	◆	ช่วงนี้	1A 5과	읽고 말하기
용산 역	◆	สถานียงซัน	1A 3과	듣고 말하기
우산	●	ร่มกันฝน	1A 준비 2과	말하기
우와!	□	ว้าว	1A 4과	듣고 말하기
우유	●	นม	1A 준비 4과	듣고 말하기
우체국	●	ที่ทำการไปรษณีย์	1A 1과	말하기
운동	●	การออกกำลังกาย กีฬา	1A 준비 1과	읽고 말하기
운동장	●	สนามกีฬา	1A 3과	말하기
운동하다 – 운동해요	■	ออกกำลังกาย	1A 2과	말하기
월요일	●	วันจันทร์	1A 3과	읽고 말하기
월요일부터	◆	ตั้งแต่วันจันทร์	1A 3과	읽고 말하기
위	●	บน	1A 1과	말하기
유럽	●	ยุโรป	1A 6과	듣고 말하기
은행	●	ธนาคาร	1A 1과	말하기
음악을 듣다 – 들어요	◆	ฟัง (เพลง)	1A 3과	말하기
의사	●	แพทย์	1A 준비 1과	말하기
의자	●	เก้าอี้	1A 준비 2과	말하기
이 근처	◆	แถวนี้	1A 1과	말하기
이게 한국어로 뭐예요?	□	สิ่งนี้ภาษาเกาหลีเรียกว่าอะไรครับ	1A 준비 2과	듣고 말하기
이름을 쓰다	◆	เขียนชื่อ	1A 5과	말하기
이름이 뭐예요?	□	คุณชื่ออะไรคะ	1A 준비 1과	말하기
이만 삼천팔백오십 원이에요.	□	สองหมื่นสามพันแปดร้อยห้าสิบวอนค่ะ	1A 준비 4과	말하기
이번	◆	ครั้งนี้	1A 6과	듣고 말하기
이번 달	◆	เดือนนี้	1A 4과	말하기
이번 주	◆	สัปดาห์นี้	1A 4과	말하기
이분이 누구예요?	□	ท่านนี้เป็นใครคะ	1A 준비1과	말하기

이사하다	■ ย้ายบ้าน	1A 4과	말하기
이야기하다 – 이야기해요	■ พูดคุย	1A 2과	말하기
이제	◆ ตอนนี้	1A 5과	읽고 말하기
이탈리아에도	◆ อิตาลีด้วย	1A 6과	듣고 말하기
인사하다	■ ทักทาย	1A 5과	말하기
일곱	◆ เจ็ด	1A 준비 4과	말하기
일본	● ประเทศญี่ปุ่น	1A 준비 1과	말하기
일본어	● ภาษาญี่ปุ่น	1A 3과	말하기
일본어 선생님	● ครูสอนภาษาญี่ปุ่น	1A 준비 1과	말하기
일어나요.	□ ตื่นนอน	1A 2과	말하기
일요일	● วันอาทิตย์	1A 3과	읽고 말하기
일이 많다	◆ งานเยอะ	1A 4과	말하기
일찍	◆ เร็วกว่ากำหนด	1A 5과	읽고 말하기
일하다 – 일해요	■ ทำงาน	1A 2과	말하기

ㅈ

자동차	● รถยนต์	1A 5과	말하기
자동차가 많아요.	□ รถเยอะ	1A 2과	읽고 말하기
자리에서 일어나다	◆ ลุกจากที่	1A 5과	말하기
자요.	□ นอน	1A 2과	말하기
자전거	● รถจักรยาน	1A 5과	말하기
자주	◆ บ่อย	1A 5과	듣고 말하기
작가	● นักเขียน	1A 준비 1과	말하기
작년	● ปีที่แล้ว	1A 4과	말하기
잘 듣다	◆ ฟังให้ดี	1A 5과	말하기
재미있어요.	□ สนุก	1A 3과	듣고 말하기
저기	◆ ตรงโน้น	1A 5과	말하기
저기 있어요.	□ อยู่ตรงโน้นค่ะ	1A 준비 4과	말하기
저녁	● ตอนเย็น	1A 2과	듣고 말하기

저녁 식사하다	◆	รับประทานอาหารเย็น	1A 2과	말하기
저도	◆	ผมเองก็ด้วย	1A 2과	말하기
전화번호	●	เบอร์โทรศัพท์	1A 준비 3과	말하기
전화번호가 몇 번이에요?	□	เบอร์โทรศัพท์หมายเลขอะไรครับ	1A 준비 3과	말하기
전화하다 – 전화해요	■	โทรศัพท์	1A 2과	말하기
점심 식사해요.	□	รับประทานอาหารกลางวัน	1A2과	말하기
점심을 먹다	◆	กินอาหารกลางวัน	1A 4과	말하기
접시	●	จาน	1A 준비 2과	듣고 말하기
젓가락	●	ตะเกียบ	1A 준비 2과	듣고 말하기
정류장	●	ป้ายรถประจำทาง	1A 5과	읽고 말하기
정말	◆	จริง ๆ	1A 4과	읽고 말하기
정말요?	□	จริงเหรอครับ	1A 5과	듣고 말하기
제 거예요.	□	ของดิฉันค่ะ	1A 준비 2과	말하기
제 생일이에요	□	เป็นวันเกิดของดิฉันค่ะ	1A 1과	듣고 말하기
제 책	◆	หนังสือของดิฉัน	1A 1과	말하기
제 친구	◆	เพื่อนของผม	1A 2과	듣고 말하기
조금	◆	นิดหน่อย	1A 5과	읽고 말하기
조용해요.	□	เงียบ	1A 2과	읽고 말하기
좀 주세요.	□	ขอ (คำนาม) ค่ะ	1A 준비 4과	말하기
좋아요.	□	ดีครับ	1A 1과	듣고 말하기
좋아해요.	□	ชอบค่ะ	1A 준비 1과	읽고 말하기
주말	◆	สุดสัปดาห์	1A 4과	말하기
주스	●	น้ำผลไม้	1A 4과	읽고 말하기
주중	◆	กลางสัปดาห์	1A 6과	읽고 말하기
준비하다	■	เตรียม	1A 4과	읽고 말하기
중국	●	ประเทศจีน	1A 준비 1과	말하기
중국 음식	◆	อาหารจีน	1A 3과	읽고 말하기
지금	◆	ตอนนี้	1A 준비 3과	말하기
지난달	●	เดือนที่แล้ว	1A 4과	말하기
지난주	●	สัปดาห์ที่แล้ว	1A 4과	말하기

지우개	●	ยางลบ	1A 준비 2과	말하기
지하	●	ใต้ดิน	1A 1과	말하기
지하철	●	รถไฟฟ้าใต้ดิน	1A 5과	말하기
지하철역	●	สถานีรถไฟฟ้าใต้ดิน	1A 5과	읽고 말하기
직업	●	อาชีพ	1A1과	말하기
집	●	บ้าน	1A1과	읽고 말하기

ㅊ

참!	□	จริงสิ	1A 1과	듣고 말하기
창문을 열다	◆	เปิดหน้าต่าง	1A 5과	말하기
책	●	หนังสือ	1A 준비 2과	말하기
책상	●	โต๊ะหนังสือ	1A 준비 2과	말하기
책상 정리(를) 하다	◆	จัดโต๊ะหนังสือ	1A 4과	말하기
책을 빌리다 – 빌려요	◆	ยืม (หนังสือ)	1A 3과	말하기
책을 읽다 – 읽어요	◆	อ่าน (หนังสือ)	1A 3과	말하기
천 원	●	พันวอน	1A 준비 4과	말하기
첫날	●	วันแรก	1A 5과	읽고 말하기
청소(를) 하다	◆	ทำความสะอาด	1A 4과	말하기
체육관	●	โรงยิม	1A 2과	말하기
초대하다	■	เชิญ	1A 4과	읽고 말하기
축구하다	■	เตะฟุตบอล	1A 3과	말하기
춤을 추다 – 춰요	◆	เต้น	1A 3과	말하기
충전기	●	เครื่องชาร์จ	1A 준비 2과	말하기
치약	●	ยาสีฟัน	1A 준비 2과	듣고 말하기
친구	●	เพื่อน	1A 2과	읽고 말하기
친구 얼굴을 그리다	◆	วาดภาพใบหน้าเพื่อน	1A 5과	말하기
친구 집	◆	บ้านเพื่อน	1A 3과	말하기
친구들하고	◆	กับเพื่อน ๆ	1A 1과	듣고 말하기
친구들한테서	◆	จากพวกเพื่อน ๆ	1A 5과	듣고 말하기
친구를 만나다 – 만나요	◆	พบ (เพื่อน)	1A 3과	말하기

친구하고 놀다	◆	เที่ยวเล่นกับเพื่อน	1A 5과	말하기
침대	●	เตียง	1A1과	말하기
칫솔	●	แปรงสีฟัน	1A 준비 2과	듣고 말하기

ㅋ

카페	●	ร้านกาแฟ	1A 1과	말하기
카페라테	●	คาเฟลาเต	1A 준비 4과	말하기
커피	●	กาแฟ	1A 준비 4과	말하기
커피를 마시다 - 마셔요	◆	ดื่ม (กาแฟ)	1A 3과	말하기
컴퓨터	●	คอมพิวเตอร์	1A 준비 3과	말하기
컵	●	แก้ว	1A 준비 2과	듣고 말하기
콜라	●	โคล่า	1A 준비 4과	말하기

ㅌ

타다	■	ขึ้น ขี่ นั่ง	1A 5과	말하기
태국	●	ประเทศไทย	1A 준비 1과	말하기
태권도	●	เทควันโด	1A 3과	읽고 말하기
택배를 보내다	◆	ส่งพัสดุ	1A 6과	말하기
택시	●	แท็กซี่	1A 5과	말하기
테니스를 배우다 - 배워요	◆	เรียน (เทนนิส)	1A 3과	말하기
테니스를 치다	◆	ตีเทนนิส	1A 3과	말하기
테니스장	●	สนามเทนนิส	1A 3과	말하기
텔레비전	●	โทรทัศน์	1A 준비 2과	말하기
토요일	●	วันเสาร์	1A 3과	읽고 말하기

ㅍ

파리	●	ปารีส	1A 1과	읽고 말하기
파리에만	◆	แค่ที่ปารีส	1A 6과	듣고 말하기
파티	●	งานเลี้ยง	1A 4과	읽고 말하기
패션 디자이너	●	นักออกแบบแฟชั่น	1A 준비 1과	말하기
편의점	●	ร้านสะดวกซื้อ	1A 1과	말하기
포도	●	องุ่น	1A 준비 4과	듣고 말하기
프랑스	●	ประเทศฝรั่งเศส	1A 준비 1과	말하기
프로그래머	●	โปรแกรมเมอร์	1A 준비 1과	말하기
피곤해요.	□	เหนื่อย	1A 4과	말하기
필통	●	กล่องดินสอ	1A 준비 2과	말하기

ㅎ

하나	◆	หนึ่ง	1A 준비 4과	말하기
하지만	◆	แต่	1A 4과	읽고 말하기
학교	●	โรงเรียน	1A 1과	말하기
학교예요.	□	โรงเรียนค่ะ	1A 1과	말하기
학생	●	นักเรียน	1A 준비 1과	말하기
학생 식당	◆	โรงอาหาร	1A 2과	말하기
학생들	◆	พวกนักเรียน	1A 2과	읽고 말하기
한 개	◆	หนึ่งอัน	1A 준비 4과	말하기
한 개 있어요.	□	มีหนึ่งอันค่ะ	1A 준비 4과	말하기
한 시 반이에요.	□	บ่ายโมงครึ่งครับ	1A 2과	말하기
한 시 삼십 분이에요.	□	บ่ายโมงสามสิบนาทีครับ	1A 2과	말하기
한 시예요.	□	บ่ายโมงครับ	1A 2과	말하기
한국	●	ประเทศเกาหลี	1A 준비 1과	말하기
한국 영화를 좋아해요.	□	ชอบภาพยนตร์เกาหลีค่ะ	1A 1과	읽고 말하기
한국 요리	◆	อาหารเกาหลี	1A 3과	말하기
한국 음식	◆	อาหารเกาหลี	1A 3과	말하기

핸드폰	●	โทรศัพท์มือถือ	1A 준비 2과	말하기
호주	●	ออสเตรเลีย	1A 2과	읽고 말하기
혹시	◆	ไม่ทราบว่า	1A 1과	말하기
혼자	●	คนเดียว	1A 6과	듣고 말하기
화요일	●	วันอังคาร	1A 3과	읽고 말하기
화장실	●	ห้องน้ำ	1A 1과	말하기
환전을 하다	◆	แลกเงิน	1A 6과	말하기
회사	●	บริษัท	1A 1과	말하기
회사원	●	พนักงานบริษัท	1A 준비 1과	말하기
회의	●	การประชุม	1A 2과	읽고 말하기
휴가	●	การพักร้อน	1A 6과	말하기
휴지	●	กระดาษชำระ	1A 준비 2과	듣고 말하기